என் உளம் நிற்றி நீ

என் உளம் நிற்றி நீ
ஞானக்கூத்தன் (பி. 1938)

இயற்பெயர் ரங்கநாதன். மயிலாடுதுறையை அடுத்த திருஇந்தளூரில் பிறந்தவர். பள்ளிக் கல்விக்குப் பிறகு சிறிது காலம் பள்ளி ஆசிரியராகவும் சிறப்புப் பணி ஆய்வாளராகவும் பணியாற்றினார். பொதுப்பணித் துறை ஊழியராக வேலை கிடைத்துச் சென்னையில் குடியேறினார். பதினெட்டு வயதில் அச்சேறிய தோத்திரப் பாடல் நூல் முதல் வெளியீடு. 'திருமந்திரம்' வாசிப்பின் பாதிப்பில் ஞானக்கூத்தன் என்ற புனைபெயரைச் சூட்டிக் கொண்டார். *நடை சிற்றிதழில் கவிதைகள் எழுதினார். கசடதபற இதழைத் தொடங்கிய இலக்கியக் குழாமில் ஒருவர். 'ழ' கவிதை ஏட்டை ஆத்மாநாமுடன் இணைந்து வெளியிட்டார். கவனம் இதழின் ஆசிரியராகவும் இருந்தார்.*

அகில இந்தியக் கவியரங்குகளிலும் கருத்தரங்குகளிலும், சிங்கப்பூர், பிரான்சு நாடுகளில் நடந்த உலகக் கவிதை வாசிப்பரங்குகளிலும் பங்கேற்றிருக்கிறார்.

2016ஆம் ஆண்டு ஜூலை மாதம் 78ஆவது வயதில் மறைந்தார்.

மனைவி: சரோஜா ரங்கநாதன் (மறைவு), மகன்கள்: திவாகர் ரங்கநாதன், விஜயகிருஷ்ணா ரங்கநாதன்.

ஞானக்கூத்தனின் பிற நூல்கள்

கவிதை நூல்கள்
- அன்று வேறு கிழமை (1973)
- சூரியனுக்குப் பின்பக்கம் (1980)
- கடற்கரையில் சில மரங்கள் (1983)
- மீண்டும் அவர்கள் (1994)
- பென்சில் படங்கள் (2002)
- இம்பர் உலகம் (2016)
- ஞானக்கூத்தன் கவிதைகள் (முழுத் தொகுப்பு, 2018)

கட்டுரைத் தொகுப்புகள்
- கவிதைக்காக (1996)
- கவிதைகளுடன் ஒரு சம்வாதம் (2004)

ஞானக்கூத்தன்

என் உளம் நிற்றி நீ

காலச்சுவடு பதிப்பகம்

அன்பார்ந்த வாசகருக்கு,
வணக்கம்.
காலச்சுவடு நூலை வாங்கியமைக்கு நன்றி.
நூலின் உள்ளடக்கம், உருவாக்கம், அட்டைப்படம் இன்ன பிற அம்சங்கள் பற்றிய உங்கள் கருத்துகளையும் ஆலோசனைகளையும் காலச்சுவடு வரவேற்கிறது. தகவல், எழுத்து, வாக்கியப் பிழைகள் தென்பட்டால் கட்டாயம் தெரிவித்து உதவுங்கள். நூல் தயாரிப்பில் கடும் குறைபாடு இருப்பின் மாற்றுப் பிரதி உங்களுக்குக் கிடைக்கக் காலச்சுவடு ஏற்பாடு செய்யும்.

மின்னஞ்சல்: publisher@kalachuvadu.com

காலச்சுவடு நாகர்கோவில் தலைமையகத்துக்கும் கடிதம் அனுப்பலாம்.

தங்கள்
எஸ்.ஆர். சுந்தரம் (கண்ணன்)
பதிப்பாளர் — நிர்வாக இயக்குநர்

என் உளம் நிற்றி நீ ♦ கவிதைகள் ♦ ஆசிரியர்: ஞானக்கூத்தன் ♦ © திவாகர் ரங்கநாதன் & விஜயகிருஷ்ணா ரங்கநாதன் ♦ முதல் பதிப்பு: டிசம்பர் 2014, நான்காம் (குறும்) பதிப்பு: டிசம்பர் 2022 ♦ வெளியீடு: காலச்சுவடு பப்ளிகேஷன்ஸ் (பி) லிட்., 669, கே. பி. சாலை, நாகர்கோவில் 629001

en uLam niRRi nii ♦ Poems ♦ Author: Gnanakoothan ♦ ©Gnanakoothan ♦ Language: Tamil ♦ First Edition: December 2014, Fourth (Short) Edition: December 2022 ♦ Size: Demy 1 x 8 ♦ Paper: 18.6 kg maplitho ♦ Pages: 184

Published by Kalachuvadu Publications Pvt. Ltd., 669 K.P. Road, Nagercoil 629001, India ♦ Phone: 91-4652-278525 ♦ e-mail: publications@kalachuvadu.com ♦ Printed at Adyar Students xerox Pvt. Ltd., No. 275 Habibullah Road, Triplicane high Road, Opp Triplicane Post Office, Triplicane, Chennai 600005

ISBN: 978-93-82033-62-2

12/2022/S.No. 596, kcp 4061, 18.6 (4) uss

அமர ஜீவிகளான
ந. பிச்சமூர்த்தி, க.நா. சுப்ரமண்யம், நகுலன்,
சுந்தர ராமசாமி, சி. மணி
ஆகியோருக்கு

பொருளடக்கம்

சுந்தர வதனம்	15
மனுவின் கப்பல்	16
வானிலே மேகங்கள் இல்லை	18
இரண்டு பாதைகள்	19
ஒரு ரஷ்யக் கவிதை	19
சொன்னதைக் கேட்ட ஜன்னல் கதவு	20
திரு. பா. அவர்களின் ஆட்சேபம்	22
வாசல் பிறைகள்	23
தொல் சிங்கப் பெருமாள் கோவில் தெருவில்	24
பிரிவு	25
பர்ஜன்ய	26
அப்பாவிடம் குடையில்லை	28
வேசிகள் வாழ்ந்த தெரு	29
நம்மை அது தப்பாதோ!	30
தெரிந்த மட்டும் எழுதப்பட்ட கவிதை	34
'குட்பை' சொன்ன கிளி	36
சம்பவம்	38
இருந்த இடம்	39
இகுவானாக்களின் இரவு	40
பாராமுகம்	42

செய்யுளின் மேற்று	42
வழி கேட்பவன்	43
வெள்ளமும் துளியும்	44
மாற்றுப் பேருந்து	45
மெய்ப்பாட்டியல்	46
தோள்மேல் கை	48
காதலியின் வீடு	50
கனவில் பார்த்த கழிவறை	52
மண்ணில் வனைந்த தேநீர்க் குடுவை	54
பாதை	56
செல்லச் செல்ல	56
நிமித்தம்	57
கொட்டாவியில் பிறந்த சிருஷ்டி	58
கிராம மோகினி	59
ஜோர்தான் ஆந்தை	60
ஸன் ஃப்ளவர்	62
தொல் பசி	64
கார்ட்டூன் மேகம்	66
சாலை	66
மறதி	67
காட்டாமணக்கு	67
'குடிக்கிறாப்ல ஒரு டீ'	68
ஓர் இரவு தப்பித்த மரம்	70
போகும் வழி	72
அணில் விளையாட்டு	73
கிள்ளத் தெரியாத கடவுள்	74
தண்ணீர்ப் போக்கு	77
ஆடை மாற்றும் போது	77

சிகையிலிருந்து சொட்டும் நீர்	78
எழுத்து உதிர்ந்த பெயர்கள்	79
பாலுண்ணி	80
கிழிபட்ட தாள்	82
கதவுகளின் துரோகம்	84
அசைவு	86
?	87
கண்டதை மீண்டும் காண்டல்	88
ஒரு குழியில் சிறிது கடல்நீர்	89
ஓர் உரையாடல் ஒரு நீட்டல்	90
அம்பரம்	92
கரையான்	92
சங்கம்	93
தீர்மானம்	93
மகாபக்கன்	94
சட்டி பீரங்கி	95
உணவுக்குப் பின் மாத்திரை	96
இரு வேறு சப்தங்கள்	98
பூண்டு	100
எஸ். பொ.	101
மீனாட்சியின் பேய்	102
பித்தர் சொன்னவும் பன்னப் பெறுபவோ!	103
காலம்	104
பயம்	105
யட்சிணியின் சிறுவர்கள்	106
திரும்பி வந்தவனின் கீதம்	108
யாத்திரை	109
எறும்புகள் தூக்கிப் போன துறவி	110

?	111
கடவுள் வாழ்த்துப் பாடி காவியத்தையும்	111
வெள்ளைப் பூசுணங்காய்	112
கிடைக்காமல் போன கைபேசி	114
அந்தப் பக்கமாய்ப் போகிறவன்	116
சதுர அலைகள்	117
நடை பாதை எருக்கு	118
கடுகளவு இருள்	119
முதல் தந்த திகில்	120
நாடு திரும்பியோர் சதனம் (ஸ்தாபிதம் 1920)	122
எங்ஙனம் மொழிகோ யான்	124
ஊரிலேன் காணியில்லை	126
மாக்கல் பிள்ளையார்	128
சிவ சிவ	130
சேலையில் வரைந்த சரீரம்	131
ஆமாம் சொன்ன கையெழுத்து	132
குப்பைக்குப் போகும் பாத்திரம்	134
ராசி	136
கொடுத்த வேலையைச் செய்கிறவன்	138
சுடிதார்	140
தொலைவில் தெரிந்த தீ	142
ராஜ ராஜ சோழனின் காலடி நீளம்	143
கறை செய்த துளிகள்	144
முருங்கைக் காய்கள்	146
ஸ்நானம்	148
உணவு	149
என் உளம் நிற்றி நீ	150
சயனமும் அயனமும்	152

ஆற்றில் போனவள்...	153
சிந்தனை ஒன்றுடையாள்	154
அழுகை நிறுத்திய வாய்	156
மூன்று ஓவியங்கள்	158
வாஸ்து	160
எங்கள் தமிழ்	162
மாறாட்டம்	163
நீதி அரசரின் சில்லறைக் காசுகள்	164
ஒண்டொடிக் கண்ணே உள	166
மாயவெளி	168
ஆடு	169
தலைகள் சில குறைந்த இராவணன்	170
மயங்கும் முகங்கள்	172
புழுதியின் ஊடே ஒரு தோற்றம்	174
காற்றில் பறக்கும் தாடி	176
அக்கா ஏன் அப்படி ஆனாள்	177
விதூஷகனின் பாட்டு	180
கதை	182
காதலும் களவும்	183

சுந்தர வதனம்

சிலரை
எங்கள் வீட்டுக்கு நீங்கள் ஒருமுறை
வருகை தர வேண்டும் என்கிறோம்.

சிலரை
எப்போது வசதிப்படும் என்று சொன்னால்
'நானே வருகிறேன்' என்கிறோம்.

சிலரை
சிலநாள் முன்னதாகவே
வரவேண்டும் என்று வலியுறுத்துகிறோம்.

ஆனால் சிலரை அழைப்பதே இல்லை.

அழைக்காமல் வந்தவர் யாரோ அவரிடம் நாம்
முகம் கொடுத்துப் பேசுவதில்லை.

அழைக்கப்பட்டவர்கள் யாரோ அவர்களை
முன்னே சென்று வரவேற்கிறோம்.

அவர்கள் எல்லோரும் வரும்போது
பேசிக் கொண்டே வருகிறார்கள்
நாமும் மகிழ்ச்சி அடைகிறோம். ஏனென்றால்
அவர்கள் பேசிக் கொண்டே வருகிறார்கள் அதனால்.

மனுவின் கப்பல்

நாள், வாரம், திங்கள் ஆண்டென
நெடுங்காலம் தண்ணீரில்
கிடந்தாலும் ஒருசிறிதும்
சிதைவடையாத மரங்கள் கங்கையின்
முகத்துவாரக் காடுகளில் மட்டுமே
வளர்கிறதாமே. அந்த
மரங்களைக் கொண்டுதான்
நூறு துடுப்புகளால் கடக்கப்படும்
உமது கப்பல் மனுவே செய்யப்பட்டதா?

உமது கப்பலைக் கடலில் செலுத்துவது யார்?
உமது கப்பலைச் செய்த
ரிபுக்களும் த்வஸ்தர்களும்
ஆள் அமர்த்திக் கொடுத்தார்களா?

தங்கம் வெள்ளி வைரம் வைடூரியம்
பவழம் முத்து எனப்படும் செல்வங்களைக்
கொள்ளாமல் மனுவே நீர் ஏன்
உமது கோணிகளில்
மா, பலா, தென்னை, தாழம், உதம்பரா, கதீரா
ஆல், வேம்பு, நாவல், பிரண்டை
பூசணி, கொய்யா, புடலை
வழுதுணை, வெண்டை மற்றும் புஷ்பிக்கும்
தாவரங்களின் விதைகளை ஏற்றிக் கொண்டீர்.
விதைகளின் வடிவில் ஒரு தேசத்தைக்
கப்பலில் எடுத்துச் சென்றீரா
மனுவே உமது கப்பலின் செலவு இனிதாகுக.
எம்மிடம் உமக்குக் கோபம் இல்லையே?

மழைகளே புயல்களே இடிகளே மின்னல்களே
மனுவின் கப்பலைத் தாக்காதீர்கள்,
சமுத்திரக் கொள்ளைக்காரர்களின்
சிறிய தோணிகளைப் பற்றிக் கொள்ளுங்கள்.
அவற்றைக் கடலின் உப்பு நீரால் நிரப்புங்கள்.

கடலே! கடலின் அலைகளே!
மனுவின் கப்பலைப் போக விடுங்கள்
மனுவின் கப்பல் ஒரு பூமியைத் தேடி
நெடிய பயணமாய்ப் போகிறது!

இந்திரா, வருணா, மித்ரா, அர்யமான்
மனுவின் கப்பலை வாழ்த்தி அனுப்புங்கள்
மனுவின் கோணிகள் பத்திரமாய்ப் போகட்டும்
காற்றே கடலில் அவற்றைத் தள்ளிவிடாதே
வெயிலே அவற்றை வறுத்துவிடாதே
கடலில் மனுவின் கப்பல் கூப்பிய ஒரு கைபோல
மெல்லப் போகிறது, பாருங்கள்.
மனுவின் கப்பலில் ஏறிய காக்கையே
புரளும் உனது கண்களால் மறுகரையில்,
பூமி தெரிகிறதா பார்.

வானிலே மேகங்கள் இல்லை

வானிலே மேகங்கள் இல்லை
யாரிடம் கேட்பேன், இன்று காலை
மேகங்கள் வந்தனவா என்று
எங்கு போயிருக்கும் மேகங்கள் இன்று?

ஒரு சின்ன மேகத் துணுக்கு
சுவரில் ஏறும் பல்லியைப் போல
மேற்கு வானில்
ஏறிக்கொண்டிருந்தது.

யாரும் அன்றைக்கு மேகங்கள்
காணப்படாததைக் குறித்துப்
பேசவே இல்லை. எனக்கும்
அதைப் பற்றிப் பேசத் தயக்கம்

ஊரே பேசாத ஒன்றைப் பற்றி நான் பேசினால்
வெள்ளைத் தாளில் எழுதிக் கிராமத்துக்
கோயில் மரத்தில் தொங்கவிட மாட்டார்களா!

ஆனால்
பனியைப் பற்றிப் பலரும் பேசினார்கள்
நானும் பேச்சில் கலந்து கொண்டேன்
எனது பார்வை மட்டும் வானைத் தேடிற்று.

இரண்டு பாதைகள்

குட்டித் தவளைகள்
விளையாடும் சாலையில்
காசிக்குப் போகும் பயணியே
பார்த்து நட.

ஒரு ரஷ்யக் கவிதை

ஒவ்வொரு ஜீவனும்
தனக்கென ஒரு துயரைக் கொண்டிருக்கிறது
ஒவ்வொரு பறவைக்கும்
பறப்பதற்கு ஒரு தூரம்
இருக்கிறது
கடல் இருக்கிறதே என்பதற்காக
ஓடை வற்றிவிட வேண்டுமா என்ன.

கெய்வின் குலியேவ்

சொன்னதைக் கேட்ட ஜன்னல் கதவு

மருத்துவ மனையில் படுத்திருந்தான்
தலையில் பெரிய கட்டுடன்
நர்ஸ் வந்தாள்: ஊசி ஏற்றினாள்.
நான்கைந்து மாத்திரைகள் தந்தாள்

நடந்ததை மீண்டும் எண்ணிப் பார்த்தான்

வழக்கம்போல அன்றும்
அந்தக் கதவை அவன் பார்த்தான்.
அடுத்த நிமிஷம் அந்தக் கதவு
விழுந்தே விட்டது அவன்மேல்

அந்தத் தெருவில் அவ்வீட்டைக்
கடந்து சென்ற ஒவ்வொரு நாளும்
அந்தக் கதவை அவன் பார்த்தான்.

மேலே இரண்டு
கீழே இரண்டு என்று நான்கு கதவுகள் கொண்ட
மாடிப் பக்கத்து ஜன்னல்
பச்சை வர்ணம் பூசப்பட்ட
சதுர ஜன்னல்

ஜன்னல்களில் ஒன்று
கழன்று விழப்போவது போல
அபாயகரமாகத் தொங்கிற்று
என்றாவது ஒருநாள்
எங்கேனும் சற்று
உட்கார்ந்து போகும் பழக்கம் உள்ள
ஒரு பறவையின் மெல்லிய கால் பட்டால் போதும்
அந்த ஜன்னல் கதவு தெருவில்
நடப்பவர் மேல் விழுந்துவிடும்

அந்தக் கதவு அவன்மேல் இன்று
விழுந்தே விட்டது.
அத்தனைக் காலம் காத்திருந்து
தனது தலைமேல் அந்தக் கதவு
விழுவானேன் என்று யோசித்தான்.

அப்போது அசரிரி சொல்லிற்று:
'அந்தக் கதவைப் பார்க்கும் போதெல்லாம்
விழும் விழும் என்று நீதான்
எதிர்பார்த்தாய் பலித்துவிட்டது போ.'

திரு. பா. அவர்களின் ஆட்சேபம்

கொல்லையில் வாழை குலை போட்டிருந்தது.

கழிபோல நீண்டு இன்னமும் சுருள் பிரியாத
வாழைக் குருத்தைப் பறவை சுடும்
துப்பாக்கி என்று புலவன் சொன்னது
நினைவில் தோன்றி மறைந்தது.

தென்னை மரத்தில் கட்டப்பட்டிருந்த
மாடு கன்றுக்குட்டியை நக்கிக் கொடுத்தது.

கொஞ்சம் நிறுத்துங்கள் என்றார் திரு. பா.
என்ன மாடென்றார்.
ஏன் பசுமாடென்றேன்
திரு. பா. புருவத்தை உயர்த்தி
எருமை மாடென்றால் ஏற்காதோ என்றார்.

வாழ்க்கையில் முதல் தடவையாகக்
கவிதையைக் கண்டு பயப்படத் தொடங்கினேன்.

கவிதைகள் காகிதங்களாக
அடுக்கப்பட்டிருக்கும் மேஜைப் பக்கம்
திரும்பிப் பார்க்கவே எனக்குப் பயமாகிறது.

வாசல் பிறைகள்

வாசல் பிறையில் சாயங்காலம்
விளக்கேற்றி வைத்த போதென்றாள் அக்கா.
திண்ணைச் சுவரில்
வலது பக்கம் ஒன்று இடது பக்கம் ஒன்று
எந்தப் பக்கத்துப் பிறை என்றாள் தங்கை
இரண்டு திண்ணைகள் உண்டு
இரண்டு பிறைகள் இருந்தனவா என்றான் தம்பி
அண்ணனைக் கேட்போம் என்றார்கள் மூவரும்
திண்ணைகள் இரண்டா என்றான் அண்ணன்
'விடிந்தது போ. இரண்டு திண்ணைகள் இல்லாமல்
எந்த வீடு இருக்கிறது' என்றாள் அக்கா.

ஏதோ ஒரு வீட்டை நினைவில் கொண்டுவர
அண்ணன் மிகவும் முயன்று பார்த்தான்.
நினைவில் வரவில்லை
தினமும் சாயங்காலம் பிறையில்
அம்மா விளக்கேற்றி வைப்பாள் என்பதே
எனக்குத் தெரியாத விஷயம் என்றான் அண்ணன்
நினைவில் வரவில்லை எங்கள் பழைய வீடு
அப்பாவும் இல்லை. இருபது வருடமாய்

தொல் சிங்கப் பெருமாள் கோவில் தெருவில்

முதலை வடிவில் கருமேகம்
கிழக்கே படுத்துக் கொண்டிருந்தது
விடியற் காலையில் அதைப் பார்த்தார்
தனது பால்கனி வழியே பாரதியார்

எழுந்தார்

பேனாவும் தாளுமாய் உட்கார்ந்தால்
முதலை வடிவ மேகத்தைப் பற்றி
ஒரு கவிதை எழுதலாம் என்று
ஆசைப்பட்டார் பாரதியார்.

அவரது பேனாவைக் கீழ்வீட்டில் ஒரு மாமி
வாங்கிக் கொண்டு போயிருந்தார்
அனேகமாக மராத்தியில் ஏதாவது எழுதியிருப்பார்

வைத்த இடத்தில் தாளும் இல்லை.

மனைவியைக் கேட்டார்
மனைவி ஒன்றும் பதில் சொல்லவில்லை
ஈர விறகு புகைகிறதென்றாள்

வெறுத்துப் போன பாரதியார்
தனது பால்கனிக்குத் திரும்பினார்
முதலை வடிவ மேகத்தைக் காணவில்லை

ஒரு துண்டு புகையிலை கேட்கப் போன
என்னிடம் முதலை எங்கே என்றார்
காலை ஆகாரம் முடித்துக் கொண்டு
நிகோபார் தீவுக்குப் போய்விட்டதென்றேன்
முண்டாசு கட்டாத உடம்பைப் பார்த்தாலும்
நன்றாகத்தான் உள்ளீர் என்றேன்
ஏமாற்றம் பற்றி எழுதப் போவதாய்
என்னிடம் சொன்னவர் புகையிலை தேடினார்
எழுதினாரோ என்னவோ ஏமாற்றம் பற்றி
இந்தக் கவிதையை நான் எழுதினேன். பின்
கையெழுத்திட்டேன். ஆகஸ்டு *15, 1921* என்று.

பிரிவு

பிரிந்து போகிறார்கள். மக்கள்
கூட்டம் கூட்டமாய்ப் பிரிந்து போகிறார்கள்,
பேருந்துகளில், அகலமான
நடைமேடைகளும் மஞ்சள் கண்ணுடைய
தொங்கும் கடிகாரங்கள் உள்ள
ரெயில் நிலையங்களில்
சிற்றூர்களில் நகரங்களில்
பிரிந்து போகிறார்கள். பெற்றோர்கள், பிள்ளைகள்,
காதல – காதலியர்கள், தம்பதிகள், துறவிகள்
ஏழைகள், பணக்காரர்கள் பிரிந்து போகிறார்கள்.
கப்பலில் போகிறார்கள். மாலை
ஆறு மணிக்கு வடமேற்கில் போகும் விமானத்தில்
                                   பிரிகிறார்கள்
பிரிந்து போகிறவர்கள் ஒரு திசையைத்
தேர்ந்தெடுக்கிறார்கள்
இதோ மெல்லப் பிரிகிறது ஜூலையின் பிற்பகல்
சொல்லவா போகிறது ஒரு காரணம் அதற்கு.

பர்ஜன்ய

மழை பெய்து கொண்டிருந்தது

இரவில் பெய்த மழையைப்
பகலில் பார்க்கும் குழந்தையைப் போல
மக்கள் மழையைப் பார்க்கிறார்கள்.

எப்போது தொடங்கிற்று இம்மழை என்று
யாரும் அறியவில்லை.
என்னுடைய பெற்றோர்கள்
அவர்களுடைய பெற்றோர்கள்
யாருடைய பெற்றோர்களும்
யாரும் அறியவில்லை

மழையில்தான் வந்தார்கள் மணமக்கள்
மழையில்தான் சென்றார்கள் விருந்தினர்கள்
மழையில்தான் மருத்துவர் வீட்டுக்கு
நோயாளிக் குழந்தைகளைத்
தாய்மார்கள் எடுத்துச் சென்றார்கள்

மழை வலுத்தபோது
தர்ம கர்த்தாக்களும் தாவரங்களும் மலர்ந்தனர்
கொழுக்கட்டை மாவில் செய்தது போன்ற
நாய்க்குடைகள் எழுந்தன.

மழை நின்றால் தேவலை என்று
மக்கள் நினைக்கத் தொடங்கினர்
மழை எப்போது நிற்கும் என்று
யாரிடம் யார் போய்க் கேட்பது?

எல்லாத் திசைகளிலும் எட்டிய மட்டிலும்
மழையின் தாரைகள் பூமியின் மீது
நிதானமாய் இறங்குகின்றன.
மழையின் தாரைகளோடு பூமிக்கு
மீண்டும் பிறப்பவர்கள் வருகிறார்கள் என்று
முன்னொரு காலத்தில் ஒரு முனிவர் சொன்னார்.

மழைக்குப் பயந்து பிச்சைக்காரர்கள் தங்கள்
உரத்த குரலை எழுப்பாமல் இல்லை
மழைக்குப் பயந்து திருடர்கள் திருட்டை விடவில்லை
எனது தோட்டத்தின் உருளைக் கிழங்குகளைத்
திருடியவன் மழையில்தான் ஓடுகிறான்.

அப்பாவிடம் குடையில்லை

மழையே உனக்காகக் காத்திருந்தேன்

வருவாய் நீ என்று
பாம்புப் பஞ்சாங்கம் சொல்லிற்று
ஆனால் நீ வரவில்லை

உன்னையும் நிலாவையும் தான்
வாவா என்று அழைக்கிறோம்
வேண்டப்படும் பொருள்களில் நீதான்
ஆதி காலம்தொட்டே முதன்மையானவன்

வயல்களிடமும் பயிர்களிடமும்
செடி கொடி மற்றும் மரங்களிடமும்
வரப்போகிறாய் நீ என்று
உறுதி கூறி மழையே அவமானப்படுகிறேன்

நல்லநாள் என்பது நீ வரும் நாள்தான்
மழையே வா! விண்ணும் மண்ணும்
கறுக்க வா! இடிகள் உளற வா
சொடுக்கும் மின்னலுடன் வா
நடைபாதையில் வளர்ந்துள்ள
எருக்கம் செடிகளும் உன்மத்தம் செடிகளும்
உன்னைப் பற்றி என்னிடம் கேட்கின்றன

மழையே வா இன்னும்
அரைமணி நேரம் தாமதித்து வா
மாதச் சம்பளம் வாங்கும் பொருட்டு
குடையில்லாமல் வெளியே போயிருக்கும்
அப்பா வரும்வரை தாமதித்து வா.

வேசிகள் வாழ்ந்த தெரு

வேசிகள் என்றோ வாழ்ந்த தெருவில்
நான் நடந்து கொண்டிருந்தேன்

எண்ணெய் விற்றவர்கள் தெருவில்
பட்டுச் சேலைகளும் நூல் சேலைகளும் விற்றவர் தெருவில்
கூல வாணிகம் செய்தவர் தெருவில்
நாடி ஜோதிடம் சொன்னவர் தெருவில்
பெரும் பெரும் செல்வந்தர் வாழ்ந்த தெருவில்
நாயும் பூனையும் அலையும் தெருவில்
காக்கைகள் குறுக்கே பறக்கும் தெருவில்
ஏழை மக்களின் புல் வளர்ந்த தெருவில்
ஊருக்குள் நுழையும் தெருவில்
ஊரை விட்டு வெளியே செல்லும் தெருவில்
எத்தனையோ தடவை நான் நடந்து போயிருக்கிறேன்
ஆனால் வேசிகள் தெருவில் நடந்ததே இல்லை

வேசிகள் வாழ்ந்த தெருவென்று
முதியோன் ஒருவன் சொன்ன தெருவில்
இன்று நான் நடக்கிறேன்.

ஆனால் இன்று யார் யாரோ வாழ்கிறார்கள்
மனோன்மணியின் வீட்டில் கூட
யாரோ வடநாட்டவர் வாழ்கிறார்
நல்லவர்கள் இந்தத் தெருவை ஏன் பிடித்துக்கொண்டார்கள்?
வேறு இடமே அவர்களுக்குப் பூமியில் இல்லையா?

வேசிகள் தெருவில் மாலைக் காலம் தவழ்கிறது.
பிறையில் ஏற்றிய சிறிய தீபங்களின் ஒளியில்
ஒரு விறலியின் குறும்புச் சிரிப்பு மின்னுகிறது.
சலங்கை மணிகளின் புராதனச் சிரிப்பு
கேட்டதுபோல மனதில் எனக்குப் பிரமை.
வேசி ஒருத்தியைத் தேடுகிறேன்.
அவளோ அந்தியின் செம்மையில் ஒளிந்துவிட்டாள்.

என் உளம் நிற்றி நீ

நம்மை அது தப்பாதோ!

1

ஓர் ஏழையின் சிரிப்பில்
அவனது அப்பாவைப் பார்த்தேன்
அவரும் ஓர் ஏழைதான்.
அவரது சிரிப்பில்
அவரது மனைவியைப் பார்த்தேன்.
அவளும் ஓர் ஏழைதான்

அம்மா அப்பா பிள்ளை
மூன்று பேரும்
தனித் தனியாக
நாடு நாடாகப்
பாசிமணிகளும் கருமணிகளும்
ஊசிகளும் விற்றார்கள்

மான்கொம்பும்
புலி நகமும் விற்றார்கள்
எருமைக் கொம்பில் செய்த
சின்னப்பல் பெரியபல்
சீப்புகளும் விற்றார்கள்

நிறைய சம்பாதித்து
நாடு திரும்பினாள் அம்மா
அவளைப் பார்த்துச் சிரித்தார் அப்பா
அவரைப் பலநாள் கழித்துப் பார்த்ததால்
வெட்கப்பட்டாள் அம்மா
ஆனால் சிரித்தாள்

தேசம் முழுவதும் திரிந்தவள்தான். ஆனால்
அப்பா அவளை சந்தேகிக்கவில்லை
தேசம் முழுவதும் திரிந்தவர்தான். ஆனால்
அம்மா அவரை சந்தேகிக்கவில்லை.

பழைய மகாபலிபுரம் சாலையில்
வருகிற போகிற கார்கள் நிற்கும்போது
பாசிமணி விற்கிறாள் ஒரு பெண்.
கார் துடைக்கும் மஞ்சள் துணியைக் காட்டி
வாங்கிக் கொள்ள வேண்டுகிறாள்
காரில் இருப்பவன் சிரித்துச் சொல்கிறான்
'அழகாய் இருக்கிறாய் நீ' என்று.
முகத்தைத் திருப்பிக் கொண்டு
போகிறாள் அந்தப் பெண்
யாரைப் பார்த்தும் அவள் சிரிக்கவில்லை
அப்படி ஒருவேளை சிரித்திருந்தால்
அந்தச் சிரிப்பில்
தெரியப் போவது
யாராக இருக்கும் சொல்லுங்கள்

2

என்னிடம் நீ சொன்ன ஒவ்வொரு
கெட்ட வார்த்தைக்கும் உனக்குத்
தண்டனை ஒன்று காத்திருக்கிறது.

தொலைபேசியில் சொன்ன வார்த்தைக்கு
ஒருவிதமாகவும் எனது
பாதையை மறித்து
நேரில் சொன்ன வார்த்தைக்கு
ஒருவிதமாகவும்
தண்டனை ஒன்று காத்திருக்கிறது.

ஒரு பொருளை என்மீது
வீசி எறிந்தாயே அதற்கும்
கடக்கும் போதில் இடித்தாயே அதற்கும்
தண்டனை ஒன்று காத்திருக்கிறது

எல்லோருக்கும் தெரிய வேண்டாம் என்று
இப்போது நிறுத்திக் கொள்கிறேன்
நெடிது வளர்ந்த ஒரு மரத்தின் பின்னால்
கையிலே வளைந்த வில்லும் அம்புமாய்

என் உளம் நிற்றி நீ

கணக்கிட்டுக் கொண்டிருக்கிறது ஒரு தெய்வம்
நீ உனது இரண்டு சக்கர
வண்டியின் பெடலை
உதைக்கிறாய், உதைக்கிறாய், உதைக்கிறாய்

3

பைகிராப்ட்ஸ் சாலையில் இன்று
வியாபாரம் மந்தம்
தேநீர்க் கடையிலும் கூட்டம் மந்தம்

கோடம்பாக்கத்தின் ஜீன்ஸ் பழகாத
உதவி இயக்குநர் ஒருவர்
மேசைமேல் காசை வைக்கிறார்.
தேநீர்க் கடை முதலாளியின்
தலைக்குமேல் இருக்கும்
தும்பிக்கை யானைக் கும்பிட்டார். பின்
பார்த்தசாரதி கோயில் பக்கம்
நகர்கிறார். ஒரு வாய்ப்பு பலிப்பதற்காக.

நடைபாதைத் துணிக்கடையில்
முகத்திரையை முதுகுப் பக்கம் தள்ளிக்கொண்ட
முஸ்லீம் பெண்ணொருத்தி அவள் செய்த
பேரத்துக்கிடையில் சிரிக்கிறாள்.

பழைய புத்தகக் கடையில்
படுத்துக் கிடக்கும் புத்தகக் கூட்டத்தில்
ரூபன் தாரியோ கவிதைத் தொகுப்பு
கிடைத்த சந்தோஷத்தில்
அம்பத்தூர் பேருந்தில் படியேறிக்
கையசைத்தார் நண்பர் கவிஞர்

பாதையோரம் நின்றிருந்த நான்
உனக்கு எழுதப் போகும் கடிதத்தின்
உள்ளடக்கம் பற்றி யோசிக்கிறேன்

நின்றிருக்கும் யாரையாவது ஒருவரைத்
தொட்டுவிட்டு ஓடும்
அந்தப் பைத்தியக்காரன்
இன்றைக்குத் தொட்டுப் போனது என்னை

4

'சொன்னதைத் தாமதமாய்த்
திருப்பி சொல்கிறது
உனது குன்றம்' என்ற பாடலை
வீணையில் இசைத்தாள் ஞானாட்சரி
அப்புறம் நான்
நெடுநேரம்
சிரித்துக் கொண்டிருந்தேன்

தெரிந்த மட்டும் எழுதப்பட்ட கவிதை

அறியாமையின் வாசல்கள்
ஆயிரம் ஆயிரமாய்ப்
போகும் இடமெங்கும்
திறந்தே கிடக்கின்றன.

ஒன்றில் நுழைகிறார்கள்
மற்றொரு வாயில் வழியாக
எல்லோரும் வெளியேறுகிறார்கள்

அறியாமையின் கதவுகள்
இரண்டே இரண்டுதான்
ஒன்றின் பெயர் அறியாமை
மற்றதன் பெயர்
அதை அறியாமை
நான் இன்னமும் நம்புகிறேன்
மல்லிகையின் வாசனையை
அவள் விரும்புகிறாள் என்று

ஒவ்வொரு நாளும் சூரியன்
அறியாமையைக் கலைக்க முயல்கிறான்
மேற்கே அவன் போகப் போக
அவன் விட்டுச் சென்ற கிழக்கின் வெளியில்
அறியாமை கம்பீரமாக நடக்கிறது
நான் அறியாமையின் நேசன்
அறியாமையின் காயங்களை ஆற்றுகிறேன்

ஓய்வில் மாடுகள் அமர்ந்திருக்கும்
மரத்தின் அடியில்
இங்கிதமான அறியாமையின்
கீதங்களை நான் கேட்டிருக்கிறேன்

தண்மையும் வெப்பமும்
ஒன்றை ஒன்று மிகாத
அறியாமையின் ஸ்பரிசங்களை
நான் ரசித்திருக்கிறேன்.

தெரியுமா தோழர்களே!
அறியாமைக்கு பார்வை கிடையாது
எனவே அது நன்றாகப் பார்க்கிறது.

அறிவினால் விரட்டப்பட்டாலும்
ஓடிக் களைத்ததில்லை அறியாமை

அறியாமையின் தேனைக்
குடும்பம் உறிஞ்சுகிறது. அப்போது
கடவுள்கள் கூடி அமர்ந்து
ஒருவரை ஒருவர் சாப்பிடச் சொல்லி
உபசரிக்கிறார்கள்
கடவுளின் ஜாடியில் எத்தனை பேர் வந்தாலும்
அறியாமை போக்கும் அமுதம் இருக்கிறது
உண்ண வாருங்கள் தோழர்களே.

'குட்பை' சொன்ன கிளி

பேசுங் கிளிமேல் எனக்கு ஆசை பிறந்தது.

நானொரு பேசுங்கிளியை வாங்கி வந்தேன்

பேசுங்கிளியை என்னிடம் விற்றவன்
கிளியை எப்படி வளர்க்கணும் என்பதை
என்னிடம் விரிவாகச் சொன்னான்

கூண்டில் கிளியை வளர்ப்பது
பாவமென்று கூறினார்கள்
பக்கத்துப் போர்ஷன் பெரியவர்கள்.
நானதைப் பொருட்படுத்தாமல்
நல்ல இடமாகப் பார்த்து
பேசுங் கிளியின் கூண்டை அமர்த்தினேன்.

கூண்டில் இருந்த கிளி
பழங்களை விதைகளை நன்றாகத் தின்றது
ஆனால் ஒருநாள் கூடப் பேசவே இல்லை.

என்ன குறையோ என்ன கோபமோ
பேசப் பிடிக்காமல் போயிற்றென்று
சும்மா இருந்தேன் சிலநாட்கள்
என்னிடம் இல்லை என்றாலும்
வேறு யாரிடமாவது
பேச வேண்டும் அல்லவா அந்தக் கிளி

ஞானக்கூத்தன்

'குட்மார்னிங்' சொன்னேன்.
சுவையாய் இருந்தனவா பழங்கள் என்றேன்
எதற்கும் பேசவில்லை அந்தக் கிளி
வீட்டுக்கு வந்தவர்கள் கிளியிடம்
பேச்சுக் கொடுத்தார்கள். பதிலுக்குப்
பேசவே இல்லை அந்தக் கிளி
பேசாத கிளியை வளர்ப்பானேன்
என்றார்கள் வீட்டில். நானும்
கிளியை விற்கலாம் என்று தீர்மானித்தேன்

விலைக்கு வாங்க வந்தவர் கேட்டார்
'பேசுமா?' என்று. 'பேசுமே' என்றேன்.
வீட்டுக்குக் கொண்டுபோய்ப்
பழங்கள் தந்து பழக்குங்கள். இரண்டே நாளில்
நன்றாய்ப் பேசும் என்றேன்.
பொய் சொன்ன நெஞ்சில்
பூதங்கள் ஐந்தும் புன்னகை செய்தன.
விலைக்குப் பெற்றவர் கிளியுடன்
கூண்டைப் பெற்றுக்கொண்டு
புறப்படும் போது திடுக்கிட்டுப் போனேன்
'குட்பை' என்றது அந்தக் கிளி.

என் உளம் நிற்றி நீ

சம்பவம்

மின்னல் மின்னுகிறது
மின்னிக் கொண்டே இருக்கிறது
மின்னி மின்னி
மின்னலால் ஒன்றும்
கண்டுபிடிக்க முடியவில்லை

யாரையோ இருளில்
திட்டிக் கொண்டே இருக்கிறது
இடி.

மழையோ விம்மி அழுது
கொட்டிக் கொண்டே இருக்கிறது
காலையில்
விஷமமான கையில் ஒருவர்
குடை பிடித்துக் கொண்டு போகிறார்

ஒரு காக்கை
தந்திக் கம்பிமேல் வந்தமர்கிறது

குடை பிடித்துக் கொண்டு போகிறாரே
அவர்தான் எதற்கோ
காரணம் என்பதுபோல் பார்க்கிறது.

இருந்த இடம்

பிள்ளை முன் இட்டது பேதைமை
என்றனர் மக்கள்
அப்புறம் இராமன் வில்லை
எடுத்தது கண்டனர். உடனே வில்
இற்றது கேட்டனர். ஒடிந்த சப்தம்
அயோத்தி வரைக்கும் கேட்டது.
தசரதன் மந்திரியிடம் கேட்கிறார்:
'ஏதோ முறிந்த சப்தம் கேட்டது.
அமைச்சரே உங்களுக்குக் கேட்டதா' என்று.
சப்தம் தங்களுக்குக் கேட்காத போதும்
அமைச்சர்கள் சொல்கிறார்கள்.
ஆம். கேட்டது வேந்தரே!
கூட்டத்தில் உட்கார்ந்திருக்கும்
ஞானாட்சரியைத் தேடி ஒரு சிறுமி வந்தாள்.
ஞானாட்சரி எழுந்து போகிறான்
அப்போது சூழ்ந்த இருண்மையை எத்தனை
நிலவுகளாலும் அகற்ற முடியாது.

இகுவானாக்களின் இரவு

விண்ணிலிருந்து பெய்கிறது மழை
மேலிருந்து கீழே வருவதால்
மழை
எந்தப் பொருள்மேலாவது விழ நேர்கிறது
அதனால்தான் சொல்கிறார்கள்
அதன்மேல் பெய்தது
இதன்மேல் பெய்தது மழை என்று

ஆனால் அப்படிப் பெய்யும் மழை
இரண்டு பொருள்களுக்கு இடையேயும் பெய்கிறது

அகத்திக் கீரை மென்றுகொண்டே
தெருவைக் கடக்கும்
ஒரு மாட்டுக்கும் எனக்கும் இடையே

நான் பிடிக்க வேண்டிய
சிவப்பு நிறப் பேருந்துக்கும் எனக்கும் இடையே

ஒரு போலீசுக்கும் எனக்கும் இடையே
பண்டிட் ஜவகருக்கும் எனக்கும் இடையே

எனக்கும் கடலுக்கும் இடையே

எச்சில் இலைகளை இழுத்துச் சென்ற
நதிக்கும் எனக்கும் இடையே

என் தந்தைக்கும் எனக்கும் இடையே

ஒரு காச நோயாளிக்கும் எனக்கும் இடையே

நோட்டம் விடும் ஒருவனுக்கும்
தன்னைக் காட்டும் ஒரு பெண்ணுக்கும்
எனக்கும் இடையே

சேற்றை வாரி இறைத்துச் செல்லும் காருக்கும்
எனக்கும் இடையே
மழை பெய்ததுண்டு.

தணலை விட்டு நகர்த்தப்பட்ட
திரவத்தைப் போல என் மனம்
குளிரத் தொடங்குகிறது

ஒரு மழைக் காலத் தவளை
என்னைப் பெயர் சொல்லிக்
கூப்பிட்டதைப் போல ஒரு பிரமை
எனக்கும் அதற்கும் இடையே மழை.

எனக்கும் உனக்கும் இடையே
ஒருமுறை கூட மழை பெய்ததில்லை
ஆனால் நெஞ்சம் மழையைக் கற்பிக்கிறது
நிலாக் காலத்துக் கடலில் நள்ளிரவில்
மெல்ல இறங்கும் இகுவானாக்களை
நெஞ்சம் கற்பனை செய்து பார்க்கிறது
இகுவானாக்களின் முதுகின் மேல்
மழை இடைவிடாமல் பெய்கிறது.

பாராமுகம்

குடுமிக் கோழியைத் தெருவில் கண்டேன்
நலங்கள் எப்படி என்றேன்.
கோழியோ
பதில் சொல்லாமல் போய்க் கொண்டிருந்தது
உன்னிடம் பேசணும் என்றேன்
வருகிறேன் இதோ என்று
சந்துப் பக்கம் போனது போனதுதான்

செய்யுளின் மேற்று

நினைவில் வைத்துக் கொள்ளுங்கள்
உலகத்தீரே! கவிஞர்கள்
எழுதிக் கொண்டிருக்கிறார்கள்.

வழி கேட்பவன்

ரயில் நிலையம் தொலைவில் உள்ளது
நிலையத்தில் ஆலமரம் நிற்கிறது.
யாரும் நடாமல் தானாய் வளர்ந்தது.
ரயில் கண்டுபிடிக்கப்படுமுன் அங்கே
முளைவிட்டுக் கிளைத்த ஆலமரம்
ஆலின் சிவந்த சிறு பழங்கள்
அங்கங்கே கிடக்கின்றன
மரத்தில் பறவைகளின் பேரிரைச்சல்

தொலைவில் உள்ள ரயில் நிலையத்தை
வயல்களைத் தாண்டியே சென்றடைய வேண்டும்
வயல்களில் வரப்புகள் உள்ளன.
வரப்புகளை வீதிகளாய்
எண்ணிக் கொள்ளும் ஜீவன்கள் உண்டு
வயல்களில் நெற்கதிர் ஓசையிடுகிறது.
அறுவடையாளர்கள் யாரையும் காணோம்
அவர்கள் ஒருவேளை ரயிலில் வந்துகொண்டிருக்கலாம்

வயல்வெளியில் ஒரு மனிதன் தென்படுகிறான்
உயரமானவன்! பருமனானவன்:
முதுகில் பிரயாணப் பையுடன் வருகிறான்
விரைவாக வர முயல்கிறான்
தொலைவில் ரயிலின் வதனம் தெரிகிறது.
தடதடத்து வருகிறது; நிற்கிறது; போகிறது.
அந்தத் களப்பணி செய்யும் வாலிபன்
ரயிலைத் தவற விட்டுவிட்டான்

எப்போதும் என் கனவில் நான் ஒரு நகருக்கு
நாள் விடாமல் வழி கேட்கிறேன்.

வெள்ளமும் துளியும்

மேக மூட்டம் மேற்கே பலமாக இருந்தது
மின்னல் தனது தங்க கத்தியால்
மேகத்தை நறுக்கிக் கூர் பார்த்தது.

மாடியில் உலர்த்திய சேலை ஒன்றைக்
காற்று தூக்கிக் கொண்டு
ராவணன் போலத் தெற்கில் மறைந்தது

எல்லோரும் எதிர்பார்த்திருந்த
மாமழை பெய்யத் தொடங்கிற்று.

கால்வாயில் வெள்ளம் நுரைத்துக் கொண்டு
கரைகளை உடைத்துக் கொண்டு பெருகியது.

கரைமேல் நின்றிருந்த உன்மத்தை, தும்பை
எருக்கு, காட்டுத் துளசி, ஆவாரை தங்களை
வெள்ளம் இழுப்பதை வேடிக்கையாய் ரசித்தன.

மழை நின்று விட்டது. மேகங்கள்
கலைந்து விட்டன. நிலா தெரிந்தது.
மறுநாள் காலையில் கால்வாய்ப் பக்கம் பார்த்தேன்.
கரையில் தாவரங்கள் தங்கள்
நண்பர்களை இழந்து சோகமாய் நின்றன.
ஒரேஒரு சொட்டுக் கண்ணீர்த் துளி
எனது கண்ணை விட்டு இறங்கிற்று.

மாற்றுப் பேருந்து

மீன் சந்தையின் எல்லையைப் பேருந்து
நீங்கும்போது நேரெதிரில் வந்த ஆட்டோ
மோதிற்று. பயணிகள் வெளியில்
எட்டிப் பார்த்தார்கள். பேருந்தைவிட்டு
நடத்துநர் ஓட்டுநர் இருவரும் இறங்கினார்கள்.

கீழே இறங்குங்கள் பயணிகளே! உங்கள்
சீட்டில் குறித்துத் தருகிறேன். வேறு
பேருந்தில் செல்லுங்கள் என்றார் நடத்துநர்.

ஒவ்வொருவராகப் பயணிகள் கீழே இறங்கினர்
பேருந்தில் ஒட்டப்பட்டிருந்த 'எல்லார்க்கும்
நன்றாம் பணிதல்' என்னும் திருக்குறளை
மேலும் ஒருமுறை பார்த்துவிட்டுப்
படியில் இறங்கினேன். நன்கு
பராமரிக்கப்பட்ட ஆடுகளாய் ஈர்ப்புறும்
தேருடைய எங்கள் பெருமாளே!
இன்றும் எனக்குத் தாமதமாயிற்று
பசும்புல் வெளிசூழ்ந்த நின் கோயில் வந்தடைய
வருமோ வராதோ மாற்றுப் பேருந்து.

மெய்ப்பாட்டியல்

ஆங்கிலத்தில் ஒன்று தமிழில் இரண்டு என
நாள்தோறும் செய்தித் தாள்களைப்
படிக்கும் பழக்கம் எனக்குண்டு

எத்தனை எத்தனைச் செய்திகள்
கடந்த காலங்களில் படித்திருப்பேன்

வடகிழக்கில் சீனர்கள்
மக்மோகன் கோட்டைத் தாண்டினர்
இந்தியப் பகுதியைக் கைப்பற்றினர் என்ற
செய்தியைப் படித்து நெஞ்சம் சிதறினேன்

வங்க தேசம் பிறந்ததைக் கேட்டு விம்மினேன்
தலாய்லாமா அகதியானதற்குப் பொருமினேன்.
இந்திரா காந்தி சுடப்பட்டதற்கும்
சீக்கிய மக்கள் கொல்லப்பட்டதற்கும்
இலங்கையில் தமிழர் நசுக்கப்பட்டதற்கும்
ஸ்ரீபெரும்புதூரில் ராஜீவ் காந்தியின் ரத்தம்
மண்ணில் சிந்திக் குழைந்ததற்கும்
இதைப்போல் பலபல செய்திகள் படித்து இரங்கினேன்.

பண்டிகை நாட்களில் மக்கள் களித்ததற்கும்,
நல்ல மழைக்கும், காற்றுக்கும் முன்கூட்டி
சொல்லப்பட்ட வானிலைச் செய்திக்கும்,
இந்திய விண்கலம் வானில் சீறிச் சென்றதற்கும்,
கூடுதல் பெட்டிகள் விடப்படும் என்றதற்கும்,
சாலைகள் சீரமைப்புக்கும், தொழில் மேம்பாட்டுக்கும்,
கிரிக்கெட்டில் இந்தியா வென்றதற்கும்,
இதைப்போல் பலபல செய்திகள் படித்துப் பூரித்தேன்
எத்தனை எத்தனைச் செய்திகள்
கடந்த காலங்களில் படித்திருப்பேன்.

ஆனால் பாருங்கள்.
இன்றைக்கு நாளிதழில் படித்த செய்தியைப்போல
இதற்கு முன்பு நான் படித்ததே இல்லை.
வெளியான செய்தி இப்படி இருந்தது.
காசி மேட்டுக் குடிநீர்க் குழாயில் சாராயம்
மக்கள் அதிர்ச்சி.
மற்றொரு நாளிதழைப் புரட்டிப் பார்த்தேன்
வெளியான செய்தி இப்படி இருந்தது
காசி மேட்டுக் குடிநீர்க் குழாயில் சாராயம்
ஆண்கள் மகிழ்ச்சி.
எது சரியெனக் கூறலாம்
அதிர்ச்சியா? மகிழ்ச்சியா?
பாரத
நாட்டில் சாராயம் அதிகம் மாந்தும்
மாநிலம் தமிழகம் என்பது உண்மையா?
கலியாணம் என்றாலும் குடிக்கிறார்கள்
கருமாதி என்றாலும் குடிக்கிறார்கள்
கோயம்புத்தூரில் கொண்டாடப்பட்ட
தமிழ் மாநாட்டின் போது
குடியால் கிடைத்த வருவாய் பல கோடியாம்
அதிர்ச்சியா? மகிழ்ச்சியா?
என்ன மெய்ப்பாடு உம்மிடம் உருவாயிற்று
முடிந்தால் மின்னஞ்சல் செய்யுங்கள்
இளம்பூரணர்க்கும் நச்சினார்க்கினியர்க்கும்.

தோள்மேல் கை

பல தூண்கள் தாங்கி நிற்கும்
மண்டபத்துக்கு அப்பால்தான்
கோயிலின் வாசலே இருக்கிறது
மண்டபத் தூண்கள் எல்லாவற்றிலும் சிற்பங்கள்
ஒன்றில்
கொக்காக வந்த ராட்சதன் ஒருவனைக்
கிருஷ்ணன் அலகைப் பிளந்து கொல்கிறான்.
ஒன்றில்
ஜடாமுடியுடன் சாது நிஷ்டையில் இருக்கிறார்.
ஒன்றில்
ஆமையாய்ப் பன்றியாய்க் கோளரியாய்
அவதரிக்கும் மாயோன் கருடன்மேல் வருகிறார்
ஒன்றில்
சேலைகளோடு மரத்தில் இருக்கும் பால
கிருஷ்ணனை சேலை கேட்டுக் கெஞ்சுகிறார்கள்
ஒன்றில்
இராமன் சீதையுடன் நின்றிருக்க
இலக்குவனும் நிற்க
அனுமன் கும்பிட்டு உட்கார்ந்திருக்கிறார்.
ஒரு தூணில்
அனுமன் மட்டும் நிற்கிறார்
அவர் முகத்தில் வெண்ணெயைப் பக்தர்கள்
தயக்கமில்லாமல் அப்பியிருக்கிறார்கள்.
சுருட்டப்பட்ட வெற்றிலைகளைக் கோர்த்து
அனுமாருக்கு மாலையாய்ப் போட்டிருக்கிறார்கள்.
வெண்ணெய்க்கும், பல்லை உடைக்கும்
மிளகு வடைக்கும் அருள்வது போல
வெற்றிலைச் சுருளுக்கும்
சொல்லின் செல்வன் அருள்வானாம்.

துவார பாலகர்கள் இருவரும் தங்கள்
கதாயுதத்தின் மேல் கால் ஊன்றிக் கொண்டு
யாரையும் தடுக்காமல் பார்க்கிறார்கள்.
என் பார்வையில் அப்போது ஒரு சிற்பம்
விட்டுப் போனதைக் கண்டேன். அதில்
ஓர் ஆடவன் ஒரு பெண்ணின் தோள்மேல் கையை
அமர்த்திக் கொண்டு நிற்கிறான்.
உற்றுப் பார்க்கிறேன்.
சிலைகளாய் இருப்பவர்களை முன்பே
பார்த்தது போலத் தோன்றுகிறது.
கபிலர் பாடிய குறிஞ்சிக் கலியிலா?
பெருங்கடுங்கோவின் பாலைப் பாட்டிலா?
கடுவன் இளவெயினனாரின் பரிபாடலிலா?
எங்கே இவர்களை இதற்குமுன் பார்த்தேன்.
இவற்றிலே ஒன்றில் என்றால்
என்னை நானே ஏய்ப்பது போலாகும்
இன்று காலை எழும்பூர் ரயில்நிலையத்தில்
பெட்டியை விட்டுக்
கீழே இறங்கும் போது நான்
பார்த்தேனே அவர்களா, இவர்களா

என் உளம் நிற்றி நீ

காதலியின் வீடு

மூன்று கட்டு வீடென்று சொன்னாள்.
தேரோடும் வீதியில்
தெற்குப் பார்த்த வீடென்று சொன்னாள்
மூன்றாம் கட்டை வாடகைக்கு விட்டோம்.
ஒரு கிழவனும் கிழவியும்
வீட்டை விட்டுக் கழன்று கொள்ளத்
தயாராக நின்ற ஒரு யுவதியும்
சரிவர வாடகை தராமலேயே
மூன்றாம் கட்டில் இருந்தார்கள் என்றாள்.
அவள் வீட்டுக்கு மொட்டை மாடி உண்டாம்
மொட்டை மாடியில் வற்றல் வடாம் காயுமாம்
செக்குக்குப் போகத் தேங்காய்கள் உலருமாம்
எங்கள் ஊருக்குப் போனால் எங்கள் வீட்டைப்
பார்த்து வாருங்கள் என்றாள் என் காதலி.
யாரும் இறங்காத ரயில் நிலையத்தில் நான் இறங்கி
வண்டி கிடைக்காதென்று கால்நடையாய்ப் போய்
காதலியின் ஊரை இரண்டு மணியில் கண்டேன்
இரண்டு பக்கமும் குடிசைகள் அமைந்த தெரு.
சின்னதாய் ஒரு அம்மன் கோயில்.
ஊரில் ஒருவனிடம் எனது காதலியின்
பெற்றோர் பெயர் சொல்லி அவர்கள் வாழ்ந்த
வீடு எது என்று காட்டச் சொன்னேன்
கோயில் பக்கத்துக் கீற்றுக் குடிசையில்தான்
அவர்கள் இருந்தார்கள், பட்டணம் போனார்கள்,
ஒருவாரம் பெய்த அடைமழையில்
சுவர்கள் கரைந்து குடிசை போய்விட்டது.
கோயில் நிலமாதலால் வேறு ஆசாமிக்குக்
கொடுத்து விட்டார்கள் – கொட்டகை –
அந்தக் கொட்டகை அவர்கள் வாழ்ந்த
வீடென்று காட்டினார் ஊர்க்காரர்.

ஞானக்கூத்தன்

கொட்டகைப் பக்கம் மெல்ல நடந்தேன்.
பருத்த மூங்கில் தூண்களில் எழுப்பப்பட்ட
கொட்டகை வாசலில் பலகை தென்பட்டது;
திருமுடிக் காணிக்கை தரும் இடம்
குழந்தைகள் 5 ரூபாய் பெரியவர் 10 ரூபாய்
என்று பலகையில் எழுதப்பட்டிருந்தது.
அப்போது காதலி போன் செய்தாள்
ஊருக்குப் போனேனா என்று கேட்டாள்
வீட்டைப் பார்த்தேனா என்று கேட்டாள்
ஊருக்குப் போனேன். ஆனால் வீட்டைக் காணோம்
வீடு நின்ற இடத்தில் இப்போது
பத்து ரூம் கொண்ட ஹோட்டல் உள்ளது.
வெளியூர்க்காரர்கள் தங்குகிறார்கள் என்றேன்.
காதலி மீண்டும் பேசினாள்.
நானும் ஊரைப் பார்க்கணும். நம்முடைய
தேனிலவு அங்கேதான் என்றாள்.
இப்போது எங்கே இருக்கிறாய் என்றேன்
காவேரி நகர் மக்டொனால்டில்
ப்ரெஞ்ச் ப்ரை சாப்பிடுவதாகக் கூறினாள்
கள்ளமும் காதலும் கலந்த சிரிப்புடன்.

கனவில் பார்த்த கழிவறை

எங்கே பார்த்தேன் அந்தக் கழிவறையை என்று
நினைவில் வரவில்லை.
அண்டர்வியரோடு வராந்தாவில்
தேநீர் குடிப்பவர்கள் மற்றும்
முண்டா பனியன் லுங்கியோடு காலை
பத்து மணிக்குப் பல் துலக்குபவர்கள் அலையும்
ஹோட்டல்களில் பார்த்திருக்க முடியாது.
பெரிய ஹோட்டல்களின் கழிவறை போலத்
தூய்மையாய் இருந்தாலும்
அங்கேயும் நான் பார்த்திருக்க முடியாது.
கழிவறையில் யாராவது
காலண்டர் தொங்க விட்டிருப்பார்களா?
கழிவறையில் யாராவது வட்டவடிவமான
கடிகாரத்தைக் சுவரில் மாட்டியிருப்பார்களா?
அறையின் மூலையில் ஒரு தொலைபேசியும்
இன்ன லிபி என்று சொல்லமுடியாத லிபியில்
நாளிதழ் ஒன்றும் கழிவறையில் இருந்தன.
கனவில்தான் கண்டேன் இந்தக் கழிவறையை
அதற்குப் பிறகு என் வீட்டுக் கழிவறையில்
எனக்கு மட்டும் இவை தெரிய இருந்தன.
அப்புறம் எந்த வீட்டுக் கழிவறைக்குப்
போக நேர்ந்தாலும் இவை எல்லாம் அங்கிருந்தன.
விண்ணின் ஊங்காரம் கேட்க
விமானத்துக்குள் உள்ள கழிவறையை
ஒருமுறை கனவில் கண்டேன்
நல்லதா கெட்டதா இக்கனவு?

ஓஷோ சொல்கிறார்:
  கனவின் கடைசிப் பகுதி மட்டும்தான்
  கனவு காண்பவன் அனுபவிப்பானாம்

கண்ட கனவு இறுதிக் கட்டத்தை
எட்டியதென்பதால்தான் நாம் விழித்துக்
                                கொள்கிறோமாம்
நாடகம் முடிந்ததைக் கண்டதும் கொட்டகையின்
இருக்கையை விட்டெழும் பார்வையாளர் போல
நான் கண்ட கனவும் அப்படித்தானா?

மண்ணில் வனைந்த தேநீர்க் குடுவை

வங்க தேசம் குளிருமா புழுங்குமா?
தெரியாமல்தான் புறப்பட்டேன்.
கோதுமை உணவா?
அரிசி உணவா?
வங்கத்தில் எல்லாரும் மீன் பிரியர்கள் என்றார்கள்
வங்க தேசத்துப் பிராமணர்கள் எனவே
தானம் ஏற்கும் தகுதி உடையவர் இல்லை என
சாத்திர நூலில் சொல்லியுள்ளதாம்.

சக்கர நாற்காலியில் உட்கார்ந்து கொண்டு,
காந்தி அடிகளை வரவேற்கப் போன
ரவீந்திர நாத தாகூர் வாழ்ந்த பகுதி —
அங்குதான் நடந்து போகிறேன்
காலைக் கதிரின் கை இன்னும் நீளவில்லை.
நடைபாதையில் மேஜை போட்டுக் கொண்டு
இளைஞர்கள் கேரம் விளையாடினார்கள்
இரண்டு பெட்டிகள் வைக்கவும் பற்றாத
சிறிய அறையில் ஒருவர் ஹார்மோனியம் வாசித்தார்.
ஒரு நாடகத்தின் காலைக் காட்சி பார்க்க
மக்கள் விரைவாகப் போய்க்கொண்டிருந்தார்கள்.

கட்டிடத் தொழிலாளர்கள் கூட
பஞ்சகச்சம் கட்டியிருந்தார்கள்.
வங்க முதல்வர் ஜோதி பாசுவே
கூலி வேலைக்கும் வந்தது போல.
நம்மூர்ப் பக்கத்துப் பாடையைப் போலவே அவர்கள்
பாடையும் இருந்தது. யாரோ
ஒருவரின் சடலம் போயிற்று, மௌனமாக.
ஆனால் ஒருமுறை கடவுளின் திருப்பெயர் ஒலித்தது
யாரோ என்னவோ! அவர்
பிறந்ததும் தெரியாது. அவர்
வளர்ந்ததும் தெரியாது. ஆனால்
அவருடைய சடலத்தைப் பார்க்கிறேன்

ஒதுங்கி நின்றேன். நடையைத் தொடர்ந்தேன்.
ஓர் ஆரம்பப் பள்ளிக்கூடத்து வாசல் ஒன்றில்
பலகை ஒன்று வைக்கப்பட்டிருந்தது;
தாகூருக்குப் பிந்திய வங்கக் கவிதை பற்றி
யாரோ மூவர் பேச இருந்தார்கள்
ஜீபானந்த தாஸ் என்று நான் படித்துக் கொண்டேன்
டி.எஸ். இலியட்டை நேரில் பார்த்தா அவரோ
பி.லால் என்றும் இருக்கலாம்.

தெருவில் நிறைய சிறார்கள் – ஆண்கள் – பெண்கள் –
நடந்து கொண்டிருந்தனர் – அவர்களுடன்
சின்னச் சின்ன சீனக் குழந்தைகள்
வேதம் சொன்ன அநாஸ்யர் இவர்களோ?
வங்க தேசம் இரவில் குளிருமா, புழுங்குமா?
ஹுக்ளி நதியின் சில்லிடும் தண்ணீர்
என்மேல் தெளித்தாற்போல் உணர்ந்தேன்.

1900ல்
சித்பூர் ரஸ்தாவில் பெய்த மழைநீர் –
இன்னமும் தேங்கிக் கிடந்தது.
நடந்து போகிற
முகர்ஜி, பானர்ஜி, சட்டர்ஜி எல்லோரையும்
மழைநீர் பிரதிபலித்துக் கொண்டிருந்தது.
என்னையும் பார்த்தேன். கீழே
தெருவில் நின்று சிமெண்ட் தட்டை ஒரு
வங்கப் பெண்ணிடம் ஏணியில் வாங்கிக் கொள்ளும்
கட்டிடத் தொழிலாளி போல் என்னை உணர்கிறேன்
கல்கத்தா உன்னை நேசிக்கிறேன்.
நீ இனிக்கிறாய்.
நான் உனக்குக் கவிதை தருகிறேன்.
நீ எனக்கு மண்ணால் வனைந்த
தேநீர்க் குடுவை ஒன்று தா.

பாதை

மீண்டும் மீண்டும் எடுத்துக்
கூடையில் அடக்கினான் பாம்புப்பிடாரன்.
மீண்டும் மீண்டும் நழுவி
பாம்போ தனக்கொரு பாதை
தெரியுமா என்று விரைகின்றது.

செல்லச் செல்ல

நாள் செல்லச் செல்ல
மிளிர்தல் இழந்து பழுப்பேறி
ஷேவிங் ப்ரஷ் மாதிரி
ஒரு பக்கம் சாய்கிறது தேகம்

நிமித்தம்

தெருவை அடைத்துக் கொண்டு
நின்றிருந்தது ஒரு பசுமாடு.

காது மடல்களும் மூக்கும் கறுத்த
ஒரு நாய் அதைப் பார்த்துக் குரைத்தது.

தெருவுக்குள் ஒரு கார் போக வேண்டும்.
கார்க்காரர் ஊது கொம்பை அழுத்துகிறார்
நகர்வதாய் இல்லை பசுமாடு.
வண்டியை விட்டுக் கீழே இறங்கிக்
கையால் மாட்டைத் தட்டினார் கார்க்காரர்.
மாடு சிறிது நகர்ந்ததாய்க் காட்டியதும்
காரில் ஏறிக் கொண்டார் கார்க்காரர்
ஆனால் மாடு முன்போலவே குறுக்கே நின்றது.
கார்க்காரர் வண்டியைப் பின்னே ஓட்டி
வேறு மார்க்கமாய்ப் போகத் தொடங்கினார்
அவர் போனதும்
மாடும் மெல்ல நகர்ந்து ஒதுங்கிப் போய்விட்டது.
என்னவோ அதற்கு சொல்ல இருந்திருக்கிறது.

என் உளம் நிற்றி நீ

கொட்டாவியில் பிறந்த சிருஷ்டி

மூன்று யுகங்களை நான்தான் படைத்தேன்.
மூன்று யுகங்களைப் படைத்ததும் களைப்பு மேலிட்டது.
கலியுகம் என்று நீங்கள் அறிந்துள்ளதைப்
படைத்து முடித்ததும் கொட்டாவி விட்டேன்.
எனது கொட்டாவியிலிருந்து
கண்டங்கள் தோன்றின. கடல்களும்
மலைகளும் ஆறுகளும் தோன்றின.
மீண்டும் ஒரு கொட்டாவி விட்டேன்
தேவ பாஷைகளும் ராட்சத பாஷைகளும் தோன்றின.
ஆரிய தேசமும் திராவிட நாடும் தோன்றின
எனது கொட்டாவி ஒன்றினால் தான்
ஆறு தரிசனங்களும் வேறு தரிசனங்களும் தோன்றின.
கட்சிகளும் கழகங்களும் தோன்றின.
எனது கொட்டாவியினால் தான்
ஏழைகளாகச் சிலரும் பணக்காரர்களாகச் சிலரும் ஆகினர்
இன்னும் எனக்குக் களைப்பு தீரவில்லை
இன்னும் கொட்டாவி ஒன்று எஞ்சியிருக்கிறது.
விடவா?

கிராம மோகினி

மேட்டூர் அணையைத் திறந்துவிட்டால்
மூன்று பகல்கள் மூன்று ராத்ரிகள்
ஆகின்றன உள்ளூர் ஓடை ஈரம் காண.

ஓடையில் அவசரமில்லாமல்
வெள்ளம் நகர்கிறது
பயிர்களும் மெல்ல வளர்கின்றன.

நான்கு அடிகள் கூட வளராத
பனையும் தென்னையும் ஊரில் உண்டு.
ஊரில் எல்லாம் மெல்ல நடக்கின்றன.
தீபாவளி மலர்கள் பொங்கலில் கிடைக்கின்றன.

சிறுவர்கள் பள்ளிக்கு மெல்லப் போகிறார்கள்
ஆசான்கள் அப்புறம்தான் போகிறார்கள்
மேய்ச்சல் முடிந்த கறவை மாடுகள்
நிலா காய்கையில் வீடு திரும்புகின்றன.

இந்தக் கிராமத்தில் அவசரமே இல்லை.
இரண்டு வாரங்கள் ஆகிவிட்டன.
பார்க்கலாம் என்று சொன்னவள்
இடுப்பில் குடத்துடன் வீட்டுக்குள் போய்.

ஜோர்டான் ஆந்தை

உங்கள் வீட்டுப் பால்கனியில் நேற்று
ஆந்தை ஒன்று வந்ததாம். நீங்கள் அதனுடன்
பேசிக் கொண்டிருந்ததாய்த் தகவல் கிடைத்தது
உண்மையா? என்றார்கள். உள்ளே வந்தவர்கள்.

'காபியா டீயா? என்ன குடிக்கிறீர்கள்?' என்றேன்.
'உங்கள் வீட்டுப் பால்கனியில் ஆந்தை
வந்தது உண்மையா இல்லையா' என்றார்கள்.

உங்கள் கேள்வி புரியவில்லை என்றேன்
படித்தவர்தானே! ஆந்தை என்றால் புரியாதா!
என்றார் அவர்களில் ஒருவர்.

புரிந்தால் எதற்குக் கேட்கப் போகிறேன் என்றேன்.
ஆந்தை என்பது ஒரு பறவை
அதற்குக் கண்கள் நம்மைப் போல
முன்பக்கத்தில் வைத்திருக்கும் என்றார் அவர்.

எனக்கு ஞாபகம் வந்தது. நேற்று
மாலை நான்கு மணி அளவில் எனது
பால்கனியில் நீண்ட நேரம்
வெறுமனே உட்கார்ந்துவிட்டுப் பின்பு
வெருட்டென்று புறப்பட்டு
அந்தி விசும்பில் புள்ளியாய் மறைந்த ஆந்தையை.

ஆந்தை அரிய பறவை இனமென்றும்
வந்தால் தொலைபேசியில் சொல்லும்படியும்
அவர்கள் என்னிடம் கூறிவிட்டுப் போனார்கள்.

இரண்டொரு நாட்கள் நான்கு மணி ஆகியும்
ஆந்தை வரவில்லை. நானும்
ஆகாயத்தைப் பார்த்துப் பார்த்துப் பூத்துப் போனேன்
வந்தது பாருங்கள் ஒருநாள் அந்த ஆந்தை,
அதே இடத்தில் இறக்கைகளை அடக்கிக் கொண்டு
உட்கார்ந்தது. அரைமணிநேரம் ஆயிற்று.
அண்டை அயல் வீட்டார் வந்து கூடினார்கள்
அதிகாரிகளுக்கு நான் தொலைபோன் செய்தேன்
அவர்களும் விரைவில் வந்தார்கள்
அருகிலே நின்று பார்வையிட்டார்கள்
அவர்களில் ஒரு பறவை ஞானி சொன்னார்
இந்த ஆந்தை எகிப்தில் மட்டும்தான் வாழ்கிறது.
ஜோர்டான் சிரியா இஸ்ரேலிலும் உண்டென்கிறார்கள்
உயிருடன் பிடிக்கப் போகிறோம் என்றதும்
பறந்து போய்விட்டது ஆந்தை மொழி புரிந்ததுபோல.

ஆந்தையின் இரண்டு கண்களும் என் நினைவில் பதிந்தன.
இப்போது நான் வானத்தைப் புதிதாய்ப் பார்க்கிறேன்.

ஸன் ஃப்ளவர்

வெளியே மழை பெய்து கொண்டிருக்கிறதென்று
இடைவேளையின் போதே தெரிந்துவிட்டது.
திரையில் ‘வணக்கம்’ என்ற எழுத்துகள்
தெரியத் தொடங்கியதும்
மக்கள் எழுந்து செல்லத் தொடங்கினார்கள்

அவனும் எழுந்தான். மழை
நிதானமாகப் பெய்து கொண்டிருந்தது.
ஒரு தெருவைக் கடந்து
மற்றொன்றைக் கடந்து
ஒரு சந்தில் நுழைந்து மற்றொரு
சாலையில் புகவேண்டும்.
மின்சார விளக்குகள் அணைந்துவிட்டன.
சந்தில் நுழைந்ததும் அவனை ஏய்
என்று கூப்பிட்டு நிற்கச் சொன்னார்கள்
திரும்பிப் பார்த்து அவன் நின்றான்
எதிரே வந்தார் மஃப்ளர் கட்டிய போலீஸ்.

ஸ்டேஷனுக்கு வா என்றார்
தியேட்டரில் சினிமா பார்த்துத் திரும்புவதாக
பயந்த குரலில் அவன் சொன்னான்
டிக்கெட்டைக் காட்டென்றார் போலீஸ்
தூறலில் நின்றுகொண்டே அவன்
சட்டைப் பையைத் துழாவினான்
ஒரு சின்ன மளிகைப் பட்டியல்
நகைக் கடை அடகு ரசீது ஊதா
நிறத்தில் சில பல டிக்கட்டுகள்
ஆனால் சினிமா டிக்கட் இல்லை.

எந்தப் பொருளும் வேண்டும் போது
கிடைப்பதில்லை என்ற நியதிப்படி
சினிமா டிக்கட் கிடைக்கவில்லை
என்னை நம்புங்கள் என்று கேட்கிறான் அவன்
என்ன படம் என்கிறார் போலீஸ்
ஸன் ஃப்ளவர் என்கிறான் இவன்.
ஸோபியா லாரன்ஸ் என்கிறான் இவன்
ஆணா பெண்ணா என்கிறார் போலீஸ்
ஸோபியாவின் விழிகளும் இதழ்களும்
நினைவில் பளிச்சிட பெண் என்கிறான் இவன்
சரி ஸ்டேஷனுக்குப் போகலாம் என்கிறார் இவர்
போகிறான்.
மின்சாரம் மீண்டது. வழிகள் தெரிந்தன.
காவல் நிலையத்து வெளிச்சத்தில்
பையை மீண்டும் தேடுகிறான்
சினிமா டிக்கட் கிடைத்துவிட்டது.
டிக்கட்டைப் பார்க்கிறார் போலீஸ்
தியேட்டர், தேதி காட்சி விவரங்களைப் பார்க்கிறார்
சரி போ என்கிறார்
ஏதாவது கேட்பார் என்று நிற்கிறான்.
அவர் அவனை போ என்கிறார்
வெளியே வருகிறான்
ஒரு ரயில் பயணத்தின்போது சக பயணி
தன்னிடம் சொன்னதாய் இந்தக் கதையை
என் நண்பன் என்னிடம் சொன்னான்
நான் அதைக் கவிதையிடம் சொன்னேன்

என் உளம் நிற்றி நீ

தொல் பசி

ராக்கால சாப்பாட்டுக்காக சத்திரத்தின்
நீண்ட வெளித் திண்ணையில் காத்திருந்தேன்.

வேறு சிலரும் திண்ணையில் காத்திருந்தனர்
சத்திரத்தின் ஓடு வேய்ந்த கூரையில்
ஓரிடத்தில் கட்டப்பட்டிருந்த
தோசை வடிவிலான மணியை
சமையலும் பூஜையும் முடிந்ததும் அடிப்பார்கள்.
மணி அடித்த பின் உள்ளே போகலாம்
தர்ம சாப்பாடென்றாலும் நளனுடைய சாப்பாடு.

நேரமாகிறது. இருள் கவிகிறது.
எப்போது தட்டப்படுமோ தோசைமணி?
தெருவில் முன்பு விளையாடிய இடத்தில்
தொலைந்து விட்ட ஒரு பொருளை
சிறுமிகள் தேடிக் கொண்டிருந்தார்கள்
மெல்லப் போய்க் கொள்ளலாம் என்பது போல
ஒரு பசு மாடு தன் வீட்டை மறந்து
சத்திரத்தின் பக்கமாய்ப் படுத்திருந்தது.

நான் அந்த மணியைப் பார்த்துக் கொண்டிருந்தேன்

முன்னே இரண்டு குதிரை வீரர்கள்
பின்னே இரண்டு குதிரை வீரர்கள்
நடுவில் செல்லும் ஒரு வண்ணப் பல்லக்கில்
வேசி வீட்டுக்குப் போகிறார் ஒரு செல்வந்தர்

ஏறக்குறைய இரண்டு நூற்றாண்டுக் காலம்
ராக்கால சாப்பாட்டுக்காக
அடிக்கப்பட்டு வரும் அந்த வெண்கல மணியின்
நடுப்பாகம் அடிபட்டதால் பிரகாசிக்கிறது.

யாரோ அந்தப் புண்ணியவான்
அவர் பெயர் கூட எனக்கு தெரியாது.
மெல்ல மெல்ல போஜனப் பிரியர்கள்
திண்ணையில் கூடிவிட்டார்கள்
பசி வயிற்றைக் கிள்ளியது
பசி கொடியது. அதனினும் கொடுமை
கடந்த காலத்துக்குப் போய் பசித்திருப்பது.

கார்ட்டூன் மேகம்

தோட்டத்தில் திரிந்த
தட்டான் பூச்சியைக்
கார்ட்டூன் மேகமொன்று
கவ்விப் போய்விட்டது

சாலை

போய்க் கொண்டே இருக்கிறது சாலை
இரண்டு பக்கமும் மரங்கள்
எல்லாம் சம உயரம்
ஒவ்வொரு மரத்தின் அடியிலும் நின்றேன்
நிழலை வேண்டியும்
ஓய்வை வேண்டியும் நின்றேன்
மழையிலும் காற்றிலும்
நின்றேன்.
போய்க் கொண்டே இருக்கிறது சாலை
நானும்
சாலையின் நீளத்தை அளப்பவன் போலப்
போய்க் கொண்டே இருக்கிறேன் சாலையில்

மறதி

பிரிவுக்கு நூறு பெயர்கள் உண்டு
மறதி என்பதும் அவற்றில் ஒன்றா?

காட்டாமணக்கு

நடை பாதையில் வளரும் செடிகளில்
காட்டாமணக்குச் செடி ஒன்றைப் பார்த்தேன்.
நெய் தடவினாற் போல் பளபளக்கும்
அதன் இலைகள் அழகாய் இருந்தன.
நடைபாதையில் நான் பார்த்துப் போகும்
தாவரங்களின் பட்டியலில்
காட்டாமணக்கும் சேர்ந்து கொண்டது.
ஆனால் நான் அதைத் தொடுவதில்லை.

‘குடிக்கிறாப்ல ஒரு டீ’

இப்போதெல்லாம் தேநீர்
நன்றாகவே இல்லை.

பலகை பெஞ்ச்சில் உட்கார்ந்து கொண்டு
குடித்தோமே அந்தத் தேநீர்
ஏன் இப்போது சுவைக்கவில்லை

வியத்நாமில் அமெரிக்கா தோற்பது
உறுதி என்பதை ஒரு மாலை நேரத்
தேநீர்க் குடிப்பில்தான் உறுதிசெய்தோம்.
தற்கொலை செய்துகொண்ட ஒரு நடிகையின்
பிரேதப் பரிசோதனை அறிக்கையில்
சொல்லப்பட்ட விஷயங்கள் உண்மைதானா
என்பதைத் தேநீர்க் குடிப்பில்தான் அலசினோம்

ஆனால் இப்போதெல்லாம் தேநீர்
சுவை குன்றிப் போனது எதனால்?

கழக அமைச்சர் அலைக்கற்றை ஊழலில்
கைதானது பற்றிப் பேசிய போதும்
வலது காலை சற்றே உயர்த்தி
உலக அழகி ஆடிய டான்ஸைப் பற்றிப்
பேசியபோது கூட ஏன்
இன்னும் நேரில் வேறு விஷயங்களைப்
பற்றிப் பேசியபோது கூட
நன்றாகத்தான் இருந்தது தேநீர்
ஆனால் ஒரு சக தேநீர்க்குடியர் சொல்கிறார்
என்றைக்கும் தேநீர் நன்றாக
இருந்ததே இல்லை என்று.
ஒருவேளை நமது பேச்சின் சுவாரஸ்யத்தில்
தேநீர் கெட்டுப் போகத் தொடங்கியதைக்
கவனிக்காமல் விட்டுவிட்டோமா?

குடிக்கும்போதும் உண்ணும்போதும் பேசக்
கூடாதென்று முன்னோர் சொன்னது உண்மைதான்.
இன்னொரு நண்பர் சொன்னார்.
ஒரு காலத்தில் தேநீர் நன்றாகவே இருந்தது.
அப்போது ரஷ்யாவை ஜார் ஆட்சி செய்தார்
இத்தாலியை முசோலினியும்
ஜெர்மனியை நறுக்கு மீசை ஹிட்லரும்
ஆண்டு கொண்டிருந்தார்கள்.
இந்தியாவைக் கூறுபோட்டுப்
பிரிட்டிஷார்களும் தொங்கு சட்டை நவாபுகளும்
ப்ரெஞ்சுக்காரர் சில பேரும்
சில சில பேட்டைகளை எங்கள் முப்பாட்டர்களும்
ஆட்சி செய்தார்கள். தேநீரும் நன்றாக இருந்தது.
நண்பன் சொன்னதைக் கேட்டு எல்லோரும் சிரித்தார்கள்
புளிப்பை எப்போது தேசியச் சுவையாக
இந்திய அரசு அறிவித்தது?
அதுவும் தேநீரில்?

ஓர் இரவு தப்பித்த மரம்

தனது நடுஉடம்பு யார் கண்ணிலும்
பட்டுவிடக் கூடாதென்பது போல அதை
ஆயிரம் ஆயிரம் இலைகளால் மறைத்துக் கொண்டு
நெடுநெடுவென நிற்கிறது அந்த மரம்.

மலர்கள் கவனத்தை ஈர்க்கின்றன. ஆனால்
இலைகள் காய்கனிகளை மறைக்கின்றன.
இந்த மறைப்பிலிருந்துதான் மனிதன் தன்னை
ஆடையில் மறைத்துக் கொள்ளக் கற்றுக் கொண்டான்
மரங்கள் இலைகளையும் பட்டைகளையும் தந்து
மனிதனுக்கு வெட்கத்தை மறைக்கக் கற்றுத்தந்தன.

அதிகாரிகள் பலபேர் அதன்முன் அன்று நின்றனர்
உன்னை நட்டது யாரென்று கேட்டார்கள்.
நகரத் தந்தை திமிட்ரி வரஷிலோவ்
கோப்பில் கையெழுத்துப் போட்டாகிவிட்டது.
உன்னை வெட்டித் துண்டுகளாக்கி எடுத்துப்போக
லாறி வரப்போகிறது என்றார்கள்

சென்ஸஸ் அதிகாரிகள் கேட்டாலும் சரி
ரேஷன் அதிகாரிகள் கேட்டாலும் சரி
காவல் அதிகாரிகள் கேட்டாலும் சரி
ஏன் சி.பி.ஐ. அதிகாரிகள் கேட்டாலும் சரி
பதில் சொல்லப் போவதே இல்லை என்று
நெடுநெடுவென நிற்கிறது அந்த மரம்
அதற்குப் பூர்வீகம் மடகாஸ்கர் என்றார்கள்.
மடகாஸ்கரின் பாலூட்டிகள்
அதன் நிழலை விரும்பித் தங்குமாம்.

ஞானக்கூத்தன்

ஆனால் தனது பூர்வீகமான மடகாஸ்கரை
மறந்தே போய்விட்டது அந்த மரம்.
அதன் கிளைகளில் பறவைகள் அமர்கின்றன;
செல்கின்றன. மீண்டும் வருகின்றன.
நாலுகால் விலங்குக்கும் அதன் கீழ்
கனவு காண நண்பகலில் வருகின்றன.

சாலைகளில் போக்குவரத்து
மாற்றி விடப்பட்டுள்ளது
நகரத் தந்தை வரஷிலோவ் அவர்கள்
நேரில் பார்வையிடப் போகிறார் என்று
பத்திரிகையாளர் சூழ்ந்துள்ளனர்

மாலை நேரமும் ஆகிவிட்டது.
பணிகளின் சுமையால் வரஷிலோவ் வரவில்லை.
மடகாஸ்கர் பெருமரத்தின் வாழ்க்கையில்
கூடுதலாகக் கிடைத்தது ஓர் இரவு.
மின் விளக்குகள் எரியத் தொடங்கின.
ஓர் ஆந்தை கடைசியாகப் பார்த்துவிட்டுப்
போக வந்ததாய் அங்கே வந்தது
இரவின் மௌனத்தில் ஒன்றும் விசேஷமில்லை.

போகும் வழி

போகும் வழிகள் பலவாய் உள்ளன.
அவற்றில் சில பார்க்கப்பட்டதாகவும்
இனிமேல்தான் சில பார்க்கப்பட
உள்ளதாகவும் போகும் வழிகள் உள்ளன.

நினைத்துப் பாருங்கள்
போகும் வழிகள் இல்லை என்றால்
என்ன ஆவான் மனிதன் என்று

ஏக்கத்தில் ஏக்கம் எங்கே போவது என்பது

போகும் வழிகளின் தேவதையை நான்கு
வேதங்களும் அறிந்து வைத்துள்ளன.
போகும் வழிகளின் தேவதைக்கு
லட்சோப லட்சம் வயதாகிவிட்டதாம்.
முடியும் நரைத்து, தேவதைக்குப்
பற்களும் ஒன்றிரண்டு ஆட்டம் கண்டுவிட்டதாம்

தேவதைகளின் வாகனங்களைப் பாருங்கள்.
அவை தாவர உலகை அறிந்தவை.
தேவதைகளின் வழிகள் தாவரங்கள் நிறைந்தவை

போ என்று ஒருவனைத் திட்டினால்
தன் போகும் வழியை அவன் மறந்தான்
என்றுதானே பொருள்.
பாவத்தில் பாவம் வழிமறிப்பது
ஒப்புக் கொள்கிறேன் இவளே...

அணில் விளையாட்டு

வார்த்தையை அளந்து அளந்து
பலாமரத்தின் இலைகள் பேசிக் கொண்டிருந்தன

வானில் எழுந்த சூரியனை
இளைய தளிர்கள் அப்படிப்
பார்க்கத் தொடங்கியதைக்
கண்டித்து முணுமுணுத்தன
பெரிய பச்சை இலைகள்

தீபாவளிக்கு விற்கப்படும்
விற்கப்படும்போலப்
பலா முசுக்கள் கிளைகளில் அசைந்தன
பெரிய காய்கள்
சூரியனின் வெப்பத்தைப் பருகின

பலாமரத்தில் இரண்டு அணில்கள்
பரபரப்பாய் ஏறின.
ஓர் அணில் என்னவோ கூறிற்று
ஆமாம் என்றது எதிர்க் குரல்.

கிள்ளத் தெரியாத கடவுள்

முற்பகல் வேலையைத் தொடங்கும் பொருட்டு
இருக்கையில் அமர்ந்தார் தேவஸ்தான அதிகாரி.

மேல்லிய குரலில் யாரோ தன்னை
அழைப்பது போலத் தோன்றவே
தலையை நிமிர்த்தினார் அதிகாரி.

அங்கே நின்றிருந்தாள் ஜானகியும்
அவளுடைய தோழிகள் இரண்டு பேரும்.

என்ன விஷயம் என்றார் அதிகாரி.
ஒன்றுமில்லை என்றாள் ஜானகி.

ஒன்றுமில்லை என்றால் எதற்காக
ஆபிஸ் வாசலில் நிற்கிறீர்கள் என்றார் அதிகாரி.

ஒரு குற்றம் சொல்லணும் என்றாள் ஜானகி

கோயில் பிரசாதத்தைப் பற்றிய குறையாய்
இருக்குமென்று தானே யூகித்த அதிகாரி

ஒதுக்குகிற பணத்தில்
நெய்யும் அரிசியும் எண்ணெயும் வெல்லமும்
வாங்கவா முடிகிறது.
கோயில் பிரசாதம், கொடுத்ததை வாங்கிக் கொள்
என்றார் அதிகாரி.
பிரசாதம் இல்லை,
வேறொரு விஷயம் சொல்லணும் என்றாள் ஜானகி.

குழப்பமாய்ப் பார்த்தார் அதிகாரி
ஜானகி சொன்னாள்:
'ராகவ பட்டாசாரியார் பற்றி
ஒரு குத்தம்'
'என்ன குத்தம்'

ராகவ பட்டாசாரியாரின்
பார்வையும் சரியில்லை,
நடந்து கொள்ளும் விதமும் சரியில்லை
என்றாள் ஜானகியின் தோழி வைதேகி.

என்ன செய்தார் உங்களை என்றார் அதிகாரி.

துளசி கொடுக்கும்போது எங்கள்
உள்ளங்கையைக் கிள்ளிக் கொடுக்கிறார்
பட்டாசாரியார் என்றார்கள் ஒரே குரலில்
ஜானகி மற்றும் அவளது தோழிகள்

துளசி கொடுக்கும்போது உள்ளங்
கையைக் கிள்ளுகிறாரா பட்டாசாரியார்?
தேவஸ்தான அதிகாரி திணறினார்.

ஆகமம் பாஞ்சராத்ரம் பகவத் கீதை
புருஷ ஸூக்தம் திவ்யப் பிரபந்தம்
விஷ்ணு புராணம் கருட புராணம்
எல்லாவற்றையும் உள்ளங்கை
நெல்லிக் கனியாய் வைத்திருப்பவர்
ராகவ பட்டர். வயதும் அறுபது.
தனியாய் வாழும் மனிதரும் இல்லை
யாரும் அவரைக் குறை சொன்னதில்லை
உள்ளங் கையைக் கிள்ளினாரா?
என்று மீண்டும் கேட்டார் அதிகாரி.
அவர்கள் எல்லோரும் முன்பு போலவே
ஆமாம் என்றார்கள்.

விசாரணை செய்வதாய்
தேவஸ்தான அதிகாரி உறுதி சொன்னதும்
ஜானகியும் தோழிகளும் கலைந்து போனார்கள்

ராகவ பட்டாச்சாரை மத்யானம்
வீட்டுக்குப் போகும் முன்பு
தன்னைப் பார்க்கச் சொல்லி
உத்தரவிட்டார் அதிகாரி.

என் உளம் நிற்றி நீ

உச்சிக் கால மணி ஓய்ந்தது.
ராகவ பட்டாச்சாரியார்
அதிகாரி முன்பு நின்றார்
கருவறை அருகில் நெடுநேரம் நின்றதால்
பட்டரின் உடம்பு புழுங்கிக் கசகசத்து
வெள்ளைத் திருமண் கரைந்திருந்தது
அண்மையில் மாற்றப்பட்ட ஆறிழைப் பூணூல்
இன்னும் புதிதாய்த் தோற்றம் தந்தது.

பட்டும் படாமல் விஷயத்தைச் சொன்னார்
தேவஸ்தான அதிகாரி, ஒருகணம்
பட்டரின் வதனம் பட்டுப் போயிற்று.
சிறியதாய் மூச்சு விட்டார்.

நீளமும் கனமும் பளபளப்பும் உள்ள
கோயிலின் சாவிக் கொத்தைப் பட்டர்
அதிகாரி முன் வைத்தார். ஒரு நொடி
சாவிகளின் ஓசை கேட்டது. ஓய்ந்தது.
திரும்பிப் பார்க்காமல் போய்விட்டார்.

கையைக் கிள்ளிய பட்டாசாரியாரின் கதை
ஊரில் பரவத் தொடங்கியது.
கோவிலுக்கு
சேவைக்குப் போகும் சில பெண்கள் தங்கள்
உள்ளங் கையில் மெல்லிய கிள்ளல்
கிடைக்குமா என்று நிற்கிறார்கள்
ஆனால் பட்டரும் இல்லை. பட்டர்
செய்ததாய்க் கூறப்பட்ட கிள்ளலும் இல்லை
கடவுள்தான் சும்மா நின்றிருந்தார்
பெண்களின் உணர்வை கையைக்
கிள்ளத் தெரியாத நான்கு கைகளுடன்

தண்ணீர்ப் போக்கு

கலக்கும் இடம் தெரியாமல்
நடுத்தெருவில் நின்றுவிட்டது
கிராமத்துச் சாக்கடை.

ஆடை மாற்றும் போது
அங்கே இங்கே
தெரியத்தானே செய்யும்
என்றது காலை வானம்

சிகையிலிருந்து சொட்டும் நீர்

தலையில் முடிவளர்ந்துவிட்டது.
முதுகில் இறங்கியது.
நெற்றியில் புரண்டது.

அப்பா சொன்னார்
குடுமி வளர்த்துக் கொள்ளேன் என்று.
முடியாதென்றேன்.
குடுமி வளர்க்கப் பயமா?
அறுத்துவிடுவார்களா? என்றார்
பயமில்லை
குடுமி வேண்டாம் என்றேன்.

எங்கள் வீட்டுத் திண்ணையில்
அப்பா கூப்பிட்ட நாவிதர் வந்தமர்ந்தார்
அவர் எடுத்து வைத்த சிறிய
பித்தளைக் கிண்ணத்தில் தண்ணீர் ஊற்றினார்
எனது தலையைத் தாழ்த்தி முடிமேல்
கிண்ணத்து நீரைத் தெளித்தார்.
அதற்குள் எப்படிக் குளிர்ந்து விட்டது தண்ணீர்.
நாவிதர் எனக்கு நேவிகட் செய்தார்
ஊரார் மெச்ச நகர் 'வலம்' வந்தேன்

மீசை வளர்த்தேன்
மீசை வேண்டாம் என்றார் அப்பா.
முடியவே முடியாதென்று மீசை வளர்த்தேன்.
மீசையில்லாத முகங்கள்
பாகவதர் மாதிரி இருக்கும் என்றேன்.

பெருக்கிப் பெருக்கி என் வயது
முடியைப் பாதித் தலைக்குமேல் தள்ளிவிட்டது

இன்றும் சவரம் செய்யும்போது
தவறுதலாக மீசை ஏறுமாறாகிவிட
மீசை முழுவதும் நீக்கிவிட்டேன்.
வாய்ப்பு தேடும் ஹிந்தி நடிகன் போலக்
கண்ணாடியில் என் முகம் தெரிந்தது.
அப்பா
உன் ஆத்மா சாந்தி அடைவதாக.

ஞானக்கூத்தன்

எழுத்து உதிர்ந்த பெயர்கள்

எங்கள் தெருக்களின் வீதிகளில் சாலைகளின்
பெயர்களை அவர்கள் மாற்றிவிட்டார்கள்
அவர்கள் யாரென்று
எல்லோருக்கும்
தெரியும்.
ஆனால் அவர்களைப் பற்றி யாரும்
யாரிடமும் பேசுவதில்லை.
அவர்களிடம் நிணம் நாறும் வேல்கள் இருந்தன.
பெரிய வாகனங்களில் அவர்கள்
பெரும்பாலும் காலையில் வந்தார்கள்.
அவர்கள் கழுத்தில்
துவேஷத்தின் மணிமாலைகள் அசைந்தன
எங்கள் தெருக்களின் பெயர்கள்
அரைகுறையாய் நின்றன. தெருக்களில்
கொம்புகள் ஒடிந்தவை
கால்கள் மறைந்தவை மிகுதியாய் இருந்தன.
முன்னர் கேட்டறியாத நாமங்கள்
எங்கள் தெருக்களின் சுவர்களில் எழுதப்பட்டன.
அவர்கள் சூட்டிய பெயர்களைத் தான் எங்கள்
விண்ணப்பத் தாள்களில் எழுதுகிறோம்
ஒரு ஞானி சொன்னார்: எல்லோரும் வாழ்வது
பிலங்களில்தான் என்று. அதாவது
மறைவிடங்களில் என்று.
யாராவது என்னை எந்தத் தெருவென்று கேட்டால்
நான் விழிக்கிறேன்.
எனது தெருப் பெயரின் முதல் எழுத்தைப் போலவே
கடைசி எழுத்தும் மறந்து போய்விட்டது.

பாலுண்ணி

சட்டையைக் கழற்றி ஆணியில் மாட்டினேன்.
பனியனைத் தலைவழியாக
உருவும்போது தற்செயலாக
வயிற்றைப் பார்த்தேன்.
பகீரென்றது.
ஒரு சிறிய பூச்சியின் கண்ணளவாய்ப்
பிறந்த நாள் முதல்
வயிற்றில் இருந்தது
என் மேல் சவாரி செய்யும்
அந்தப் பாலுண்ணி.

நன்கு தெரிந்தவர்களைச் சிலசமயம் நாம்
மறந்து போய்விடுவது போலப்
பாலுண்ணியை எனக்குப்
படிவத்தில் குறிப்பிட மறந்து போய்விட்டது.

அங்க அடையாளங்களைப் படிவத்துக்
கேள்விகள் கேட்ட இடத்தில்
வெட்டுக் காயங்களைக் குறிப்பிட்டேன்.
முப்பது நாட்கள் என்னைப் படுக்கையில் கிடத்திய
அம்மையின் இரண்டு தழும்புகள் உடம்பில் தங்கிவிட்டன
அவற்றைக் குறிப்பிட்டேன்
ஆனால் இந்தப் பாலுண்ணியைக்
குறிப்பிடுவதற்கு மறந்தே போனேன்.

ஞானக்கூத்தன்

என்றாவது நியூயார்க்கில்
டொராண்டோவில் பாரீஸில்
அபுதாபியில் எனது பாலுண்ணி
மறைக்கப்பட்டதாய்க் குறை சொன்னால்
என்ன செய்வேன் நான்.

உடன்பிறப்பாகக் கூடவே வந்த
பாலுண்ணியை மறைக்கத் துணிந்த
உனது குணம் எப்படிப் பட்டதென்று
அடையாள அதிகாரிகள் சொன்னால் என்ன செய்ய?

வேட்பு மனுவில் மறைக்கப்பட்ட கட்சிக்காரர்
சொத்து போன்றதா எனது பாலுண்ணி.

அங்க அடையாளம் தெய்வீகமானது
பூச்சியின் கண்ணளவே அது இருந்தாலும் சரி.

கிழிபட்ட தாள்

ஒருமுறை எனக்கு
வெள்ளைத் தாளொன்று
தேவைப்பட்டது.

அப்பாவின் நோட்டுப் புத்தகம்தான்
உடனே ஞாபகம் வந்தது.

பொடிப் பொடி எழுத்தில்
அப்பா எழுதி வைத்த
கணக்குகளும் குறிப்புகளும்
பிறந்த தேதிகளும்
ஒரு பெண் திரண்ட நாளும்
என்னென்னவோ கடன் தேதிகளுமாய்ப்
பக்கம் பக்கமாய்ப் போனபின்
இடையில் ஒரே ஒரு தாள்
எழுதப்படாமல் கிடைத்தது.
கிழித்துக் கொண்டேன்.

எதுவும் அதில் எழுதினேனா அல்லது
கேலிப் படங்கள் வரைந்தேனா
என்று நினைவில் இல்லை.
ஆனால் அதுதான் முதல் தடவை
ஒருதாள் கிழிபட்டால் விரைவில்
குப்பையாகும் என்று நான் தெரிந்து கொண்டது.

கிழிபட்ட தாளில்
எழுதப்பட்டவற்றுக்கு
அந்தாதி அந்தஸ்து
உண்டென்பதும் பின்னாளில்
தெரிந்து கொண்டேன்.

தெருவில் ஒரு தாளைக் குனிந்து எடுப்பவன்
பைத்தியக்காரனும் இல்லை
குப்பை பொறுக்கியும் இல்லை.
ஆனால் எனக்குத் தெரிந்த ஒருவர் நிறைய தாள்களை
எடுக்கிறார் அப்புறம்
அண்ணா சாலை அஞ்சலகத்தில் கொட்டுகிறார்
மீண்டும் தாள்களை எடுக்கத் திரும்புகிறார்.

வெள்ளைத் தாள்கள்
என்னை எழுதத் தூண்டுகின்றன.
எழுதலாம் என்ற எண்ணத்தில் நான் சேர்த்த
வெள்ளைத் தாள்களின் எண்ணிக்கை ஏறிவிட்டது
வெள்ளைத் தாள்களின் ஓரங்கள்
பாதாம் இலைகள் போலப் பழுக்கத் தொடங்கிவிட்டன.
எழுதப்படாத வெள்ளைத் தாள்கள் பல
முரண்டு பிடிக்காமல் குப்பைத் தாள்களாய்
நாள்தோறும் மாறிக் கொண்டிருக்கின்றன.

என் உளம் நிற்றி நீ

கதவுகளின் துரோகம்

அப்பா அம்மா இருவரும் நாள்முழுதும்
கவலை கொண்டவர்களாகவே இருந்தார்கள்.

ஊஞ்சலில் படுத்துக் கொண்டிருந்தார் அப்பா.
அம்மா வந்து வந்து நின்றாள்
அப்பா ஏதாவது சொல்வாரா என்று.
ஆமையைப் பற்றித்தான் அப்பா
யோசனை செய்துகொண்டிருந்தார் என்று
நினைத்துக் கொண்டாள் அம்மா. அப்பா
கவலைப் பட்டதோ இன்னொரு விஷயம் பற்றி.

தமிழ் கணக்கு வரலாறு ஏன் எல்லாப்
பாடங்களிலும் பத்துக்கும் இருபதுக்கும் இடையில்
மார்க்குகள் பெற்றிருந்தான்
அப்பாவின் மாணவன் தங்கவேல்
தங்கவேலுவின் அப்பா ரத்னவேல்
அப்பாவைத் தெருவில் எங்கோ மடக்கி
குறைந்த மார்க்குகள் தங்கவேல் பெற்றதற்குக்
காரணம் அப்பாதான் என்று வசைபாட
அப்பா ஊஞ்சலில் கவலையாய்ப் படுத்தார்.

ஆனால் அம்மா அன்று காலை
புழைக்கடை வழியாய் வீட்டில் புகுந்த
ஆமையைப் பற்றியே கவலைப்பட்டாள்
அப்பா பிறகு கொஞ்சம் பேசினார்:
கதவுகள் செய்யும் துரோகம் பற்றி
உனக்குத் தெரியுமா?
கதவுகள் முதலில் விரிசல் காட்டும்
விரிசல் வழியே வெளிச்சம் நுழையும்.
சில நாள்கள் போனால் விரிசல் பெரிதாகும்.

ஞானக்கூத்தன்

பெரிய விரிசல் என்றால் பூனையும் எலியும் உள்ளே வரும்.
அப்புறம்
பாம்பும் வரும் ஆமையும் வரும்.
எல்லாம் கதவுகள் செய்யும் துரோகம் என்றார்.
அம்மா குழம்பினாள்;
ஆமையை நோவதா கதவை நோவதா என்று
இரண்டுக்கும் பொதுவாய் இவரையே
நோகலாம் என்றும் தோன்றியது.
அப்பா போட்ட மார்க்குகள் பற்றி
அப்புறம் தெரிந்து கொண்டாள் அம்மா
தெருவில் அப்போது யாரோ
கூப்பிட்டது போலக் காதில் விழுந்தது.
கையில் பலகைகளோடு மணிவேல்
அப்பா கூப்பிடக் காத்திருந்தார்.
அனுமதி தந்ததும் மணிவேல்
உள்ளே வந்தார். அவருடன் தங்கவேல்
அடிமேல் அடிவைத்து உள்ளே வந்தான்
தங்கவேலின் சிற்றப்பன் மணிவேல்.
அப்பா சொன்னார்: 'நன்றாய்ப் படி,
அடுத்த தடவை நிறைய மார்க்குப் போடறேன்.'

அசைவு

திங்கள் கிழமை போய்விட்டது
செவ்வாயும் போய்விட்டது
கோல வாசலைப்
புதனின் வெயில் உலர்த்துகிறது.

இன்னும் உன்னை நான்
பார்த்த பாடில்லை, ஞானாட்சரி
ஒருபகல் ஒருராத்திரி மீண்டும்
ஒருபகல் ஒருராத்திரி கடந்தால்
அடையப் பெறும் ஒரு நகரம் போல
ஆகிவிட்டாய் நீ ஞானாட்சரி
ஒரு வாகனம் போல என் சரீரம்
உன்னை நோக்கி நகர்கிறது
அறிவாயோ நீ ஞானாட்சரி

?

கவிதை எழுத
மேஜைமேல் தாள்களை வைத்து
பேனாவை ஓட்டினேன்
ஒரு கல் விழுந்தது
எழுதத் தொடர்ந்தேன்
ஒரு கல் விழுந்தது
விடாமல் எழுதினேன்
விடாமல் கற்கள் விழுந்தன. பின்பு
கற்களை எண்ணினேன். எல்லாம்
வாசம் குறையா மல்லிகை ஆயின தோழா.

கண்டதை மீண்டும் காண்டல்

என்னுடைய வீட்டில் அது
உணவு தேடியதில்லை.
என்னுடைய தோட்டத்து
மரத்தின் கிளையில் அது உட்கார்ந்ததில்லை
எங்கள் வீட்டில் எவரும் அதைப்
பார்த்ததாகச் சொல்லவும் இல்லை.
எனது பார்வை வெளியில்
அந்தப் பறவை
குறுக்கும் நெடுக்கும் பறக்கிறது.
ஆனால் இன்று நான்
பறவையைப் பற்றிக் கவிதை
எழுதுவதாக இல்லை. யாரால்
ஏற்றுக்கொள்ள முடியும்
கூறியது கூறல் என்னும் பழியை!

ஞானக்கூத்தன்

ஒரு குழியில் சிறிது கடல்நீர்

கடலைப் பார்க்காமல்
கடற்கரையில் நடந்து சென்றேன் நான்
கடலைப் புதிய வண்ணத்தில் வரைய
மாலை முயன்று கொண்டிருந்தது

கடலில் ஒரு காற்று குறிஞ்சிப் பண்ணையும்
ஒரு காற்று பாலைப் பண்ணையும் பாடக்
காதலர்கள் கூடியிருக்கிறார்கள்
ஒருத்தி தலையைத் தாழ்த்திக் கொண்டு
விம்மி விம்மிப் பேசுகிறாள்
ஒருத்தி தனது சரீரம் திறந்து கொள்வதை அறிகிறாள்.

கடலைப் பார்க்காமல்
கடற்கரையில் நடந்து சென்றேன்

ஈர மணலில் எனது கால் நடந்த சின்னக் குழிகளில்
நுரையற்ற கடல் நீர் நிரம்புகிறது.

ஓர் உரையாடல் ஒரு நீட்டல்

எங்கே இருக்கிறாய் என்றேன்
ஏன் என்ன விஷயம் என்றாள்
உடனே உன்னைப் பார்க்க வேண்டும் என்றேன்.
குறைந்தது இரண்டு மணிநேரம் ஆகும் என்றாள்
தாமதமானால் நான் அவளை போனில் கூப்பிட்டுக்
கொள்வேன் என்றேன்
உன் இஷ்டம் என்றாள் அவள்
ஆப்பிள் வாங்கப் போகிறாயா என்றேன்
இல்லை ஒரு பாட்டில் ஒயின் என்றாள்
வாங்கிக்கொண்டு நேரே வா என்றேன்.
இல்லை வேலை இருக்கிறது என்றாள்.
ஊர்வலம் வருகிறது என்று கிசுகிசுத்தாள்
என்ன ஊர்வலம் என்றான். 'அந்த
அல்ஜீரியனை நேற்று யாரோ சுட்டுவிட்டார்கள்'
என்றவள் பேச்சை நிறுத்திக் கொண்டாள்
கைபேசியை சட்டைப் பைக்குள் வைத்துக்கொண்டாள்?

5.6" உயர ஆஃப்ரோ இந்தியப் பெண்
ஊர்வலத்தை, வாகனங்களை ஒழுங்காக்கி
நகரச் செய்தாள்.
யாரும் அழாத சவஊர்வலம் பாரீஸ் தெருவில்
போலீஸ் காவலுடன் மெல்ல நகர்கிறது.

ஞானக்கூத்தன்

டிராபிக் வேலை முடித்துக் கொண்டு
அறைக்குள் திரும்பினாள் ங்கா ங்காமோ.
எனக்குக் குளிக்கத் தோன்றுகிறது என்றாள்.
எந்த நாட்டின் பண்பாட்டிலாவது
சவத்தைப் பார்த்தவர்கள்
குளிக்க வேண்டுமென்று கூறப்பட்டுள்ளதா என்று
சொல்லிக் கொண்டே ஆடையைக் களைந்தாள்
எனக்கென் பாட்டியின் தேசத்தைப் பற்றி நான்
கேள்விப்பட்டதை நினைத்துப் பார்த்தேன்.
பயணம் செய்தால் குளிப்பாளாம்
சினிமா பார்த்தால் குளிப்பாளாம்
தெரிந்தவர் இறந்து போன செய்தி கேட்டால்
அதற்கும் ஒருமுறை குளிப்பாளாம்
ங்கா ங்காமோவிடம்
அப்புறம் பார்க்கலாம் என்றேன்
கோட்டை மாட்டிக் கொண்டேன்
தெருவில் இறங்கினேன் நடந்தேன்

என் உளம் நிற்றி நீ

அம்பரம்

ஆண்டாள் பார்த்த மேலாக்கு
அங்கேயே இன்னும் கிடக்கிறது.

கரையான்

இரண்டு வாரம் கழித்து
அந்தப் பக்கம் போனேன்.
ஒரு புற்று மரத்தடியில் வளர்ந்திருந்தது –
என்ன அவசரமோ
கரையான்களுக்கு.

சங்கம்

அரிசிகளிடையே
ஒரு குதிரைவாலி
அகற்றப்படும் வரை
அரட்டை அடிக்கிறது.

தீர்மானம்

ஒரு தீர்மானம் செய்தேன்
வாக்கியங்கள் பல
விதியை விட்டு வெளியேறிவிட்டன.
ஒரு தீர்மானம் செய்தேன்.
புதிய வாக்கியங்கள் பல
அண்டி நின்றன.
பிறகு எனது தீர்மானமும் ஒரு
வாக்கியமாகிவிட்டது.

மகாபக்கன்

ஒரு தாளுக்கு
முன்பக்கம் அல்லது
பின்பக்கம்
என்பதாக ஒன்றும் கிடையாது

ஒரு தாளின்
எந்தப் பக்கத்தை நீங்கள்
முதலில் பார்க்கிறீர்களோ
அதுதான் அதன் முன்பக்கம்
அடுத்த பக்கம் அதன் பின்பக்கம்

தெய்வம் படைத்த படைப்புகளில் தெய்வமே
முன்பக்கம் பின்பக்கம் வைத்த
படைப்புகள் உண்டென்பது போலவே
மனிதனால் பொருளுக்குத் தரப்படும்
முன்பக்கம் பின்பக்கம் உண்டு.
அப்போதே உனக்கு சொன்னேன் நண்பா!
எழுதப்பட்ட தாளின் பின்பக்கத்தில்
எழுதினால் உன் கோரிக்கையை
அவர்கள் ஏற்க மாட்டார்கள் என்று.
நண்பா நீயோ
ஒரு பக்கத்தில் யாரோ எழுதிய தாளின்
பின்பக்கத்தில் எழுதிக் கொண்டு வருகிறாய்
அவர்கள் உன்னை
வரிசையை விட்டு விலக்கிவிட்டார்கள்
போ நண்பா,
வெற்றுத் தாளில் ஒரு பக்கமே எழுதிவா.

சட்டி பீரங்கி

ஒரு காட்டுத் தவளையைப் போல
அங்கே உட்கார்ந்திருந்தது.
இதன் பெயர் சட்டி பீரங்கி என்றார்
காட்சி நிலையப் பணியாளர்.
ஆர்க்காட்டு நவாபுக்கும்
இங்கிலீஷ்காரர்களுக்கும் நடந்த சண்டையில்
முழக்கமிட்டதாம் இந்த சட்டிப் பீரங்கி
என்னுடன் வந்த
ரோஜர்ஸ் என்ற ஆங்கிலேயன் சொன்னான்
பலபேரைக் கொன்றிருக்கும் என்றேன்
ஆம் கொன்றிருக்கும் என்றான் ரோஜர்ஸ்
ரோஜர்ஸின் கொள்ளுப் பாட்டனார் யாரையும்
கொன்றிருக்காது இந்த சட்டிப் பீரங்கி
ஆனால் எனக்கொரு சந்தேகம் வந்தது.
இரண்டு நூற்றாண்டுகளுக்கு முன்பு
ஆடி அமாவாசையன்று
தடுக்குப் போட்டு உட்கார்ந்து
இடது கைமேல் வலது கைவைத்துத்
தர்ப்பணம் தொடங்கிய என் பாட்டனார் ஒருவரை
இழுத்துக் கொண்டு போய்
சுட்டுவிட்டானாம் ஒரு பிரிட்டிஷ் ஆபீஸர்.
பாட்டனாரை சுட்டது
காட்டுத் தவளை போன்ற இந்த
சட்டி பீரங்கியோ என்று நிழலாடியது
ரோஜர்ஸ் நகர்ந்தான். நானும் நகர்ந்தேன்
சட்டிப் பீரங்கியை ரகசியமாய்க்
காலால் உதைத்துவிட்டு.

உணவுக்குப் பின் மாத்திரை

வட்டம் சதுரம் முக்கோணம்
பெரும்பாலும் வட்டமாய்க்
கிடைக்கின்றன மாத்திரைகள்

மாத்திரை என்றால் புலவர்கள்
அளவென்று பொருள் சொல்கிறார்கள்

மாத்திரைகள் இந்திரவில்லின்
வண்ணங்களில் வருகின்றன

உணவுக்கு முன்பாக சிலவற்றையும்
பின்பாகச் சிலவற்றையும்
விழுங்கச் சொல்லும் டாக்டர்கள்
மாதாவை மறந்தாலும்
மாத்திரையை மறக்காதே என்கிறார்கள்

வாய்வழி உடலுக்குள் போவதால்
மாத்திரைகள் சுவையாகவும் உள்ளன

கசப்பாக உள்ளன மாத்திரைகள் என்றால்
அவற்றை சர்க்கரை பூசித் தருகிறார்கள்

மாத்திரைகள் கடவுளைப் போலத்
தொன்மையானவை தெரியுமா!
சூரியனை சாப்பிடத் தகுந்த மாத்திரையாக எண்ணித்தான்
பிள்ளை அனுமார் வானில் ஏறினார் என்று
தொல்கதை ஒன்று கூறுகிறது
உபாதைகள் ஒவ்வொன்றுக்கும் தக்க
மாத்திரைகள் உட்கொள்ள வேண்டும்

ஞானக்கூத்தன்

நானும் பல ஆண்டுகளாக
தண்ணீரோடு மாத்திரைகளை
விழுங்கி வருகிறேன். நான் அவற்றை
மெல்ல மெல்ல விரும்பத் தொடங்கிவிட்டேன்

சாப்பாட்டுக்குப் பின்பு விழுங்கும் மாத்திரையை
ஒருசமயம் டாக்டர்
வேண்டாம் என்று விலக்கிவிட்டார்
சாப்பாட்டுக்குப் பின்பு மாத்திரை இல்லாமை
குறைபாடாகவே பின்புதான் தெரிந்தது
கேட்க முடியுமா டாக்டரிடம்
ஏதாவதொன்றை எழுதித் தரும்படி?

எனது அடுக்ககத்தின் கீழ்தளத்திலிருந்து
தலைவலித் தைலத்தின் வாசனை எனது
அறையில் பரவியது. நான் எனது
மாத்திரையை மறந்து போனேன்

இரு வேறு சப்தங்கள்

உள்ளூரில் நாங்கள் இளைஞர்கள் கூடி
சங்கம் ஒன்றை நிறுவினோம்.
பாரத மாதா வாலிபர் சங்கம் என்பதாய்
அதற்கொரு பெயரையும் வைத்தோம்

விடுமுறை நாட்களில்
கிட்டிப்புள் ஆடாமல்
குளத்தில் குதிக்காமல்
இலுப்பை புளியன்
மரங்களில் ஏறாமல்
வாலிபர் சங்கத்தில் கூடி
(நாங்கள் யாரும் வாலிபர் இல்லை
பாலர்கள் தாம் என்பது மற்றவர் சொன்னது)
'சுத்தம் சோறு போடும்
தெருவில் எச்சில் துப்பாதே
கிட்டாதாயின் வெட்டென மற'
என்பன போன்ற தலைப்புகளில் பேசினோம்.

சங்கத்தின் கூட்டம் தொடங்கும்போது
கடவுள் வாழ்த்துப் பாட
ஒருவனைத் தேடினோம். மாதவன்
என்பவன் பாடுவான் என்று கேள்விப்பட்டதும்
கைகூப்பி அவனை சங்கத்துக்கு
வரும்படி அழைத்தோம்
அவனும் வந்தான்.
கடவுள் வாழ்த்து நன்றாகப் பாடினான்.
ஒருநாள் தாயுமானவர்
ஒருநாள் தியாகையர்
ஒருநாள் புரந்தரதாஸர் என்று
மாதவன் பாடினான்.
ஆனால் நான்காம் வாரம்

மாதவன் வரவில்லை. அவனை
வீட்டில் போய் சந்தித்தோம்
இனிமேல் சங்கத்துக்குக்
கடவுள் வாழ்த்துப் பாட
வருவதாக இல்லை என்றான் மாதவன்.
காரணம் கேட்டோம்
'பாடி முடித்ததும் யாரும் என்னைப்
பாராட்டிக் கைதட்டுவதில்லை
அதனால் கோபம்' என்றான் மாதவன்
கடவுள் வாழ்த்துக்கெல்லாம் யாரும்
கைதட்ட மாட்டார்கள் என்றோம்
கடவுள் வாழ்த்தோ
கிடவுள் வாழ்த்தோ
பாட்டு பாட்டுதான்.
கைதட்டாவிட்டால் வரமாட்டேன்
என்றான் உறுதியாக
அப்புறம் நாங்கள் யாரோ ஒரு
கிருஷ்ணமூர்த்தியைக் கேட்டோம்
மூர்த்தி வருவதாக ஒப்புக்கொண்டான்
பாரத மாதா வாலிபர் சங்கம் அன்று
விடுதலையின் மேன்மை பற்றிப் பேசிற்று.
கிருஷ்ணமூர்த்தி இனிய குரலில்
கடவுள் வாழ்த்துப் பாடினான்
நாங்கள் பலமாய்க் கை தட்டினோம்.
இன்னொரு பாடகனைத் தேடப் பயந்து.

நாடறிந்த
மாதவன் இன்று மேடையில் பாடினான்
தட்டினேன் விடாமல் தட்டினேன். மாதவன்
சைகை காட்டினான் நிறுத்தச் சொல்லி
தட்டலை நிறுத்தினேன். ஆனால்
கண்ணீரை என்னால்... முடியவே இல்லை.

பூண்டு

பெரிய மைதானத்தைக் கடந்து செல்கையில்
சிறிய தாவரம் ஒன்றைப் பார்த்தேன்.

செடியா கொடியா
என்ன ஆகுமெனக் கூற முடியாத
சின்னஞ் சிறிய தாவரம்
பொய்கைக் கரையில் வாழும் பிராணியின்
காதுகள் போன்ற சிறிய இலைகள்
பச்சை நூலெனத் தண்டு

அந்தத் தாவரம் தண்ணீர் வேட்கையால்
ஏங்குவதாகக் கண்டுகொண்டு எனது
கமண்டலத்தைக் கவிழ்த்தேன்
சொட்டுத் தண்ணீரும் இல்லை
சற்றுத் தொலைவில் ஒரு கேணி தெரிந்தது
கேணியை அடைந்து தண்ணீர் மொண்டு
திரும்பியபோது
அந்தச் சிறிய தாவரத்தின்
இருப்பிடம் மறந்து போய்விட்டது. மைதானத்தை
ஆராய்ந்து பார்த்தேன்
எண்ணற்ற சிறிய தாவரங்கள். ஆனால் நான்
பார்த்தது ஒன்றை மட்டும்தான்.

ஓ இந்திரா
இந்த மைதானத்தை ஈரமாக்கு.

எஸ். பொ.

அமிர்தா ஷேர்கில் வரைந்த ஓவியத்தில்
நீங்கள் பார்க்கக்கூடிய
ஒரு பெண்ணின் புதல்வரைப் போலத் தோற்றம்

சிதம்பரம் அண்ணாமலையில் படித்தவராம்
பொருளியல் என்றார்கள்
எம்.ஏ. டமில் (லிட்) என்றார்கள்.
வளமான குரல். ஆனால்
தொடர்ந்து சிகரெட் பிடித்ததால்
கரகரப்பாயிற்று
எப்போதும் வேட்டியும் கட்டையுமாய்த்
தோன்றுவார் எஸ்.பொ.

ஒருவர் கனடாவில் வாழ்கிறார்.
ஒருவர் சிங்கப்பூரில்
இன்னும் சிலபேர் பிரான்சில் நார்வேயில்
யுரோப்பாவின் குளிரில் இரட்டையராகத்
தமிழில் பேசிக்கொண்டு
நடந்து போகும் இலங்கையர் உண்டு.

சென்னையில், கரிய சட்டைக்காரர்கள்
கூட்டத்தில் ஒருவர் ஈழக் கவிதை படிக்கிறார்
இலங்கையின் வடகிழக்கில்
பதற்றம் தணிந்துவிட்டது.
மாடுகளின் எண்ணிக்கை கூடிவிட்டதாய்
இலங்கைச் செய்தி கூறுகிறது.
மாடுகளின் அள்ளப்படாத சாணத்தில்
பூமி உரமாகியது.
எஸ்.பொ. சிகரெட் ஊதினார்.
செருமினார். வாழ்க என்றேன்.

மீனாட்சியின் பேய்

மனிதர்களுக்குத்
தெய்வங்களின் பெயர்களைச்
சூட்டும் பழக்கம்
சிக்கலாயிருக்கிறது.

ராமன் பாத்ரூமில் இருக்கிறான்
தெருக்குழாயில் முருகன் தண்ணீர் அடிக்கிறான்
தேவகி குளத்தில் தீட்டுத் துணி அலசுகிறாள்
கண்ணகி விவாகரத்து கேட்கிறாள்
என்பது போலப் பேச நேர்கிறது.

இப்போது பாருங்கள்
எதையும் தரமாட்டான்விளையில்
மீனாட்சிக்குப் பேய் பிடித்துவிட்டது
என்று சொல்ல நேர்கிறது.

எப்படி நடந்திருக்கும் என்ற பாவனையில்
எங்கு வேண்டுமானாலும்
உட்கார்ந்து விடுகிறாள் மீனாட்சி.
எல்லோரும் சொல்வதால் வசதிக்காக
நானும் சொல்கிறேன்
மீனாட்சிக்குப் பேய் பிடித்துவிட்டதென்று.

பித்தர் சொன்னவும் பன்னப் பெறுபவோ!

திருவல்லிக்கேணி
கங்கை கொண்டான் மண்டபத்தின் பக்கத்தில்
ஒருவரோடு பேசிக்கொண்டிருந்தேன்
அப்போது
வெள்ளை பேண்ட் சட்டை அணிந்த ஒரு மனிதன்
எங்களைக் கடந்து போனான்
போகும்போது என்னிடம் சொன்னான்:
'அர்மேனியன் தெருவில் ஒரு இடத்தில்
காலை எட்டு மணிக்குத்
தோசையும் இரண்டு இட்லியும்
தேங்காய்த் துவையலுடன்
தானம் செய்கிறார்கள்.
அதற்குப் போகிறேன்.'
ஒரு பங்கு பைத்தியம்
ஒரு பங்கு பிச்சை
ஒரு பங்கு வித்தகன்
நடந்தே போகிறான்.
என்னிடம் அவன் ஏன் சொன்னான்?
தவறான காரியத்துக்குத் தான் போகவில்லை என்பது
அவன் சொன்னதன் பொருளா?
எதுவானால் என்ன?
என்னிடம் அவன் ஏன் சொன்னான்?

காலம்

தெருவின் தெற்கிலிருந்து வடக்காகக்
காற்று வீசுகிறது.
சோதனைச் சாவடியில் தன் பொதியைக்
கவிழ்த்துக் காட்டும் பயணியைப் போல்
வாதா மரங்கள் இலைகளை உதிர்க்கின்றன.
மாமரத்தின் இலைகள் உதிர்கின்றன.
மாவுக்கும் இதுவா உதிர்க்கும் காலம்?
நிலத்தின் கீழே வேர்கள்
குளிர்ச்சியைத் தேடுகின்றன.
காய்ந்த இலைகளைத் தூக்கிக்கொண்டு போய்
எந்தக் கடையில் விற்கும் இந்தக் காற்று
காய்ந்த இலைகளை என் முன்னே
சக்கரம் சுற்றுகிறது காலம்
நான் சிரிக்காமல் என்ன செய்ய!

பயம்

எனது வீட்டை விட்டு
யாரும் என்னை போகச் சொல்லவில்லை.
எனது அலுவலகங்களின் கதவுகள்
எனக்கு மூடப்படவில்லை.
எனது பாஷையை யாரும் பேசாதிருக்கச்
சொல்லவில்லை.
எனது விக்ரகத்தை யாரும்
ஆற்றில் வீசி விடவில்லை.
எனது புத்தகத்தை யாரும்
என்னிடமிருந்து பறித்து விடவில்லை.
எனது காதலியைப் பார்க்க யாரும்
என்னைத் தடைசெய்யவில்லை.
எனது நாட்டை விட்டு யாரும்
விரட்டி விடவில்லை
ஆனால் இப்படியெல்லாம்
நடந்தது போல எனக்கேன் தோன்றுகிறது.

யட்சிணியின் சிறுவர்கள்

பையன்களைச் சின்ன வயதில்
யட்சிணி பார்த்துக் கொள்கிறாள்
ஏனென்றால் யட்சிணிக்குச்
சின்னப் பையன்கள் என்றால் விருப்பமாம்.

ஊரில் ஒவ்வொரு வீட்டின் வாசலிலும் எப்போதாவது
ஒரு சிறுவன் நிற்க வைக்கப்படுகிறான்.
பெற்றோர்களால் விசாரிக்கப்படுகிறான்.
சூரிய வெப்பம் தணியாத கன்னங்களுடன்
தங்கள் வீட்டு வாசலிலேயே சிறுவர்கள்
பரிதாபமாக விசாரிக்கப் படுகிறார்கள்
எங்கே போயிருந்தாய் என்று
விசாரிக்கப்படுகிறான்
நாடா நகரா அவன் போய்வந்தது.
பெயருடைய ஓரிடத்தின்
பெயரில்லாத பகுதிக்குப் போய்வருகிறான்.
விடுவதாய் இல்லை விசாரணைக்காரர்கள்
ஒருமணி நேர ஓடுதல் இப்படி
உறவை மாற்றிவிடக் கூடுமா?
அம்மா அம்மா போல் இல்லை
அப்பா அப்பா போல் இல்லை.
அண்ணனும் ஒருமுறை இப்படி
ஓடிப் போய் வந்தவன்தானே.

2

கிழக்கு நோக்கி நிதானமாக
நகர்ந்து போகிறது காவிரியாறு
கிழக்கே பூம்புகார் அரைகுறையாகப்
பின்னப்பட்ட கூடைபோலக் கிடக்கிறது.
கரையிலேயே தங்கி விடலாமா என்பதுபோல்
இளவெயில் யோசித்துப் பார்க்கிறது.
காவிரியின் கரைமேல் ஓடுகாலியாய்
நடந்து கொண்டிருந்தேன்
படுகையில் ஒரு பச்சைக் கொடி
பரிச்சயமாய்த் தெரிந்ததால்
புரட்டிப் பார்த்தால்...
கணுக்களால் அமைந்த பிரண்டைக் கொடி.
பக்கத்தில் வாழைத் தோப்பு
காவிரியின் இரண்டு பக்கமும்
முந்திரிக் கொல்லை
தொங்க விடப்பட்ட பம்பரம் போல
பச்சை முந்திரிக் காய்கள்
யாரோ முண்டாசுக்காரன்
வீட்டில் என்னைத் தேடுகிறார்கள் என்றான்.
உடனே வீடு திரும்பினேன்
இத்தனை நேரம் எங்கே போனாய்
என்று கையை ஓங்குகிறார் அப்பா.
ஒன்றும் சொல்லாமல் நிற்கிறேன்.
அம்மா வருகிறாள்
உள்ளே போ. கை கால் அலம்பு.
சாப்பிடு என்கிறாள். நான் ஓடுகிறேன்
சிறுவர்களைத் திட்டாதீர்கள்
ஒரோரு சமயம் அவர்கள்,
யட்சிணியால் கவரப்படுகிறார்கள்

திரும்பி வந்தவனின் கீதம்

நான் ஒரு திரும்பி வந்தவன்.
ஒரு திரும்பி வந்தவனின் சுகதுக்கங்கள்
வித்யாசமானவை என்று
வாதிட விரும்பவில்லை.
இரண்டு இருத்தல்களுக்கிடையே
எது உகந்ததென்று நான் அறியாமல்
காலங்கள் ஓட்டிவிட்டேன்.
என்னைத் திரும்பி வந்தவனென்று
இருந்து வருபவர்களே
ஆதி முதலே சொல்லி வந்தீர்கள்.
ஒருநாள் காணாமல் போய்
ஒருநாள் வரும் எல்லோரும்
திரும்பி வந்தவர்களே என்று
விளக்கம் சொல்ல நீங்கள் முற்படவில்லை.
எனது இருத்தல்கள் ஒன்றின் நிலாக்காலத்தை
உங்கள் பழைய யாழின் இசையுடன்
விவரிக்க எனக்கு ஆசைதான்.
ஆனால் திரும்பி வந்தவன் தான் விட்டுவந்த
தேசத்தைப் பற்றிப் பேசுவது நாகரிகமா என்ன.

பத்தை பத்தையாய்த் தெருவில் பருத்திபோல் வெண்பனி
                                                              மண்டும்

அந்தத் தேசத்துப் பாவாணன் போல
கோவேறு கழுதைமேல் சவாரி செய்து
பூமத்திய ரேகையைத் தாண்டி வரவில்லை
வால்காவிலிருந்து கங்கைவரை
கங்கையிலிருந்து குமரி வரை
கால்நடையாகவே வந்தேன்
நட நட விடாமல் நட என்பதுதான்
எனது முன்னோர் சொன்ன உபதேசம் .
எல்லோரும் நலமா என்று கேட்க விரும்புகிறேன்.
ஒரு திரும்பி வந்தவனிடம் அதைவிடச் சிறந்த
கேள்வி வேறு என்னவாக இருக்க முடியும்!

யாத்திரை

அவனைப் பார்க்க அவன் வீட்டுக்குப் போனேன்
கதவைத் திறந்த அவன் மனைவி அவன்
என்னைப் பார்க்க என் வீட்டுக்குப்
போயிருப்பதாகச் சொல்லிக்
கதவை மூடினாள்.
நல்ல வெயிலாக இருந்தது
பெண்கள் குடைபிடித்து நடந்து கொண்டிருந்தார்கள்
வீடுதிரும்பிய நான் மனைவியிடம்
அவன் வந்தானா என்றேன்
இல்லை என்றாள்
என் பெயரைச் சொல்லிவிட்டு
எங்காவது போயிருப்பார் என்றாள்
ஊஞ்சலில் படுத்துக் கண்ணயர்ந்தேன்
வேறு ஜன்னலில் வெண்ணிலா தென்பட்டது.
பனி படர்ந்த மலை ஒன்றில் என் நண்பன்
பாறைகளைப் பற்றி
ஏறிக் கொண்டிருந்தான்
வீட்டில் சொன்னாயா என்றேன்.
நீ சொன்னாயா என்றான்.
சொல்லவில்லை என்று கண்விழித்தேன்
அவனும் எங்கிருந்தாலும் என்னைப்போலவே
கண்விழித்திருப்பான் இல்லையா!

எறும்புகள் தூக்கிப் போன துறவி

ஜீவித்திருக்கும்போது பாட்டி
எனக்கு சொல்லி அனுப்பினாள்.
பட்டணத்துக்குப் போகும்போது
தன்னை ஒருமுறை பார்த்துப் போகும்படி

தானே சமைத்து சாப்பிட்டவள்
1910ம் ஆண்டு காசிக்குப் போய்க்
கங்கையில் குளித்து
விரதம் மேற்கொண்டவள்.
பாட்டி பொன்னாவரையில்
டிகாக்ஷன் இறக்கிப் பால் கலந்து
பொன்னாவரைக் காபி குடிப்பாள்.
அவளுக்கு நான்தான்
காவிரி ஆற்றுப் படுகையில்
பொன்னாவரைக் காட்டில்
காய்கள் சேகரித்துக் கொடுப்பேன்
அப்படித்தான் எனக்குப்
பட்டுப்பூச்சி, தட்டான், வண்ணத்துப்பூச்சி
வெட்டுக்கிளிகளின் உலகம் தெரியவந்தது.

பாட்டியை அவள் ஊருக்குப்
போய்ப் பார்த்தேன்.
நெடுங்காலமாய் நீரில் ஊறிக் கிடந்த
இலையைப் போல் கிடந்தாள் பாட்டி –
காவி உடையில் காவிப் படுக்கையில்
இளைத்துவிட்டாய் பாட்டி என்றேன்.
இளைக்கணும். பத்தே பத்து
எறும்புகள் எடுத்துப் போகக்கூடியதாய்க்
கடைசிக் காலத்தில்
தேகம் இளைக்கணும் என்றாள்.
கோமுகி நதிக்கரையில் உட்கார்ந்திருந்தேன்.
எறும்புகள் சில ஊர்ந்துகொண்டிருந்தன.

?

ஐம்பது பைசா அளவுக்குப் பூமியை
ஈரமாக்கும் இந்த
மழையை நம்பி எப்படி நான்
சம்பா நடுவேன்..!

கடவுள் வாழ்த்துப் பாடி காவியத்தையும்
சங்கற்பம் செய்து பூஜையையும்
தமிழ்த்தாய் வாழ்த்துப் பாடிக் கூட்டத்தையும்
தொடக்கம் செய்வது போல
உன்னையே எண்ணி நாளைத் தொடர்கிறேன்.

என் உளம் நிற்றி நீ

வெள்ளைப் பூசுணங்காய்

மொட்டை மாடியில் காலூன்றி
நிற்க முடியவில்லை.
கோடையின் கொளுத்தலை
பூதக் கண்ணாடியால்
பிலிமைக் கொளுத்தி
வேடிக்கை பார்க்கிறார்கள் சிறுவர்கள்
வெயில் வீணாகிறதென்று
பெண்கள் குறைபட்டுக் கொண்டார்கள்.

கோட்டடுப்பில் பெரிய வாணலியில்
நெல்லைப் பொரி செய்து
வடாம் செய்து
மாடியில் உலர்த்த வேண்டும்
வெள்ளைப் பூசணையைத்
தலைக்குமேல் தூக்கி
முற்றத்தில் போட்டுடைத்து
சிதறலை வடாம் மாவில்
சேர்ப்பது வழக்கம்
பூசுணையை அரிவாள்மணையில்
நறுக்கக் கூடாதென்பார்கள்
காலையில் வாங்கிய வெள்ளைப் பூசுணை
எல்லார் கண்ணிலும் படும்படி இருந்தது.
சாம்பல் பூசிய பச்சிளம் பூசுணை
கொடியில் இன்னும் சிலநாள் இருந்திருக்கலாம்.

பெரியவர் ஒருவர் உடைக்கப் போகிறார்.
அந்தக் கோடையில் அக்கா நிறைமாதம்

எனவே
அவளை மறைவாய் இருக்கச் சொன்னார்கள்
பூசுணை எங்கே என்றார் பெரியவர்
நான்தான் எடுத்துத் தந்தேன்
கையில் பூசுணை சற்றுக் கனத்தது
நடுப்பகல் கழிந்த நேரம்.
எடுத்துத் தரும் முன் காயைப் பார்த்தேன்.
ஒரு சந்தேகம்.
அதற்குள் பெரியவர் காயைப் பற்றினார்.
தலைக்குமேல் தூக்கிக் கட்டாந்தரையில்
வெள்ளைப் பூசுணையை உடைத்தே விட்டார்
வீட்டில் ஒருகணம் நிசப்தம் நிலவியது.
அப்புறம் எல்லோரும் சிரிக்கத் தொடங்கினர்
நான்
பூசுணையைப் பரிசோதித்தேன்
ஒரு சில்லில் ஓர் ஆடவன் உருவம்
அழிக்கப்பட்டதன் அடையாளம் தெரிந்தது.

மறுநாள் மொட்டை மாடியில்
பூசுணை வெயிலில் காய்ந்தது.

கிடைக்காமல் போன கைபேசி

நீ என்னைக் கூப்பிட்ட போது
எனது கைபேசி காணாமல் போயிருந்தது.
வீடு முழுதும் தேடிப் பார்த்தேன்.
வேறொரு தொலைபேசியில் கூப்பிட்டேன்.
நிசப்தமாக இருந்தது வீடு
எங்கேதான் தொலைந்திருக்கும்!
பயணம் செய்த சாலைகளும் தெருக்களும்
சந்துகளும் நினைவில் வந்தன
கீழே விழுந்திருக்குமோ? அப்படியென்றால்
ஓசை கேட்காமல் போயிருக்குமா?
மருந்துக் கடைகள்
மளிகைக் கடைகள்
புதிய சேலை சுற்றிக்கொண்டு
பெண் பொம்மைகள் நிற்கும் கடைகள்
...எங்கெல்லாம் போனேன்
போகாத இடங்கள் எல்லாம்
போன இடங்கள் போல் பிரமை தட்டியது
ஒருவேளை
சப்போட்டா பழம் விற்ற
கூடைக்காரியிடம் பேரம் பேசும்போது
கூடையில் விழுந்திருக்குமோ என் கைபேசி
கல்வியறிவில்லாத சப்போட்டாக் கிழவி
கைபேசியைக் கிரயம் பண்ணியிருப்பாளோ?
சப்போட்டாக் கிழவியை எங்கே தேடுவது?

காவல் நிலையத்தில் புகார் செய்தேன்
ஒரு மேஜைமேல் பரப்பிக் கிடந்தன
பத்துப் பதினைந்து கைபேசிகள்
அவற்றில் எனது காணப்படவில்லை.
வேறு கைபேசி வாங்கிக் கொண்டேன்.
கைபேசியில் நீ என்னைக் கூப்பிட்டபோது
அது காணாமல் போயிருந்தது.
கிட்டாமல் போனது போனதுதான்.
என் முதல் கைபேசியை
எண்ணும் போதெல்லாம்
சப்போட்டாவின் வாசனை நினைவில் எழுகிறது.
அது கிடக்கட்டும்
காணாமல் போகும் ஒவ்வொரு பொருளும்
கஷ்ட ஜீவிகளின் கைகளில்தான்
சேருமென்று நான் ஏன் கற்பனை செய்தேன்!

என் உளம் நிற்றி நீ

அந்தப் பக்கமாய்ப் போகிறவன்

நான் ஒரு திரும்பி வந்தவன் என்பது போலவே
நான் ஒரு அந்தப் பக்கமாய்ப் போனவன்

தஸ்யூக்களின் படைபலம் என்னவென்று
தெய்வங்களும் ரிஷிகளும் ஆலோசிக்கையில்
நான் அந்தப் பக்கமாய்ப் போனேன்

எனக்குத் தெரியாமல் போயிற்று
தூறல் நெற்றியில் குதிக்கும் அந்த
மாலைப் போதில் பிரகலாதனைக்
கடலில் வீசப் போகிறார்கள் என்று
அப்போது நான் அந்தப் பக்கமாய்ப் போனேன்
எனக்குத் தெரியாமல் போயிற்று.

வீதியில் ரத்த வெள்ளத்தில் கிடந்தவன்
புகார் நகரத்து மாப்பிள்ளை என்று
எனக்குத் தெரியாமல் போயிற்று
கூரத்தாழ்வானின் கண்களை
அன்று வேந்தனின் ஏவலர்கள்
பறித்திருக்கிறார்கள் என்று.
என்னவோ என்று அந்தப் பக்கம் போனேன்.

எனக்குத் தெரியாமல் போயிற்று
கடலூர் சிறையில் சுப்பிரமணிய
பாரதி உட்கார்ந்திருந்தார் என்று
நான் வேறு கைதிக்குப் பலகாரம்
எடுத்துக்கொண்டு போயிருந்தேன்.

காலம் காலமாக நான் ஒரு
அந்தப் பக்கம் போனவனாய் இருந்துவருகிறேன்.
எனது மறைகளும் உபநிடதங்களும்கூட
அந்தப் பக்கமாய்ப் போனவர் ஒருவரால்
ஓதப்பட்டிருக்கலாம் சரியா?

ஞானக்கூத்தன்

சதுர அலைகள்

கொடைக்கானல் ஏரியில் தனது
வளைந்த கழுத்தை
அமிழ்த்தி எடுத்தது ஒரு வாத்து
வளையம் வளையமாக அலைகள் பரவின.
அப்படிப்பட்ட அலைகளைப் பார்க்கும் ஆசையில்
இந்த ஏரியில் ஒரு கல்லை வீசினேன்
அலைகள் சதுரம் சதுரமாய் நகர்ந்தன.
அலைகளின் சதுரத் தன்மையை
உடனே நான் கவனிக்கவில்லை.
யாரையாவது கூப்பிட்டு வந்து
அலைகள் சதுரமாய் நகர்ந்ததைக்
காட்டலாமென்றால் யார் நம்புவார்கள்
இருந்தாலும் ஒரு நண்பரைச் சந்தித்துச்
சதுர அலைகளைப் பார்க்கக் கூப்பிட்டேன்.
அலைகள் சதுரமாவது அதிசயம்தான்.
அதை நான் நாளை பார்க்கிறேன் என்றார்
எனக்கும் ஒரு சந்தேகம்.
உண்மையில் அலைகள் அப்படி இருந்தனவா
குறைந்தபட்சம் இரண்டு முறைகள்
நடக்க வேண்டும் அல்லவா
எதுவும் நம்பப்பட.

நடை பாதை எருக்கு

நடை பாதையில் எருக்கஞ் செடிகள்
நன்கு வளர்ந்துள்ளன
விரைந்து செல்லும்
வாகனங்கள் எழுப்பிய செம்புழுதி
பருமனான இலைகள்மேல் படிந்துள்ளன
செடியில் மொட்டுகள் பல அசைகின்றன
பழங்காலத்து அச்சுத் தாளிலிருந்து
திருடப்பட்ட கலைப்பொருள் போல
மொட்டுகள் காட்சி தருகின்றன.

பண்டிகை நாளை முன்னிட்டு
எருக்கின் இலைகளை ஒருவர் பறிக்கிறார்.
கெட்டியான எருக்கின்பால் சொட்டுகிறது.
தெருவில் சென்று செடியைப் பார்த்தேன்
சாபத்தால் உறைந்துபோன
ஒரு நட்சத்திர வடிவில் ஒரு மொட்டு
மற்றொரு மொட்டு
தன்னைத் தானே இறுக்கமாக
மூடிக் கொண்டிருந்தது.
உலகில் எதையும்
அவிழ்த்துப் பார்க்கப்
பிறக்கவில்லை நானென்று
சொல்லிக் கொண்டே
மேலே நடந்தேன்
கைபேசி ஒலித்து மௌனமாயிற்று
ஞானாட்சரி கூப்பிட்டிருந்தாள் ...

ஞானக்கூத்தன்

கடுகளவு இருள்

நான்கு சக்கர வண்டி ஒன்றும்
இரண்டு சக்கர வண்டி ஒன்றும்
தெருவில் மோதிக் கொண்டன.
அப்போது இரவு மணி ஒன்பது
நான்கு சக்கர வண்டிக்காரர்
வண்டியை விட்டு வெளியே வந்து
இரண்டு சக்கர வண்டியைத் திட்டினார்.
அவரும் பதிலுக்குத் திட்டினார்
தனக்குப் பெரிய பெரிய ஆளைத் தெரியும் என்று
நான்கும் இரண்டும் சொல்லிக் கொண்டன.
நான்கு சக்கரம் போலீசுக்கு போன் செய்ய
இரண்டு சக்கரமும் போன் செய்தது
நேரம் ஆயிற்று. போலீசார் வரவில்லை.
நின்றிருந்த ஐந்தாறு பேர்கள் போய்விட்டார்கள்
இரண்டு சக்கரம் போய்விட்டது.
நான்கு சக்கரமும் போய்விட்டது
வேடிக்கை பார்த்தவர் விட்டெறிந்த
சிகரெட்டில் தீ அணைந்தது.
தெருவில் கடுகளவு இருள் கூடிற்று

முதல் தந்த திகில்

எந்தப் பொருளை எப்போது நான்
முதலில் பார்த்தேன் என்று
பட்டியலிட்டால் எனக்குப்
பத்து வயது ஆன பின்புதான் பலவற்றைப்
பார்த்தேன் என்பது புலனாகிறது.

அலைகளை விசிறும் கடலைப்
பதினொன்றில் பார்த்தேன் என்றால்
குன்றுகளை அப்புறம்தான் பார்த்தேன்.
உள்ளூர்ப் பெருமாள் கோயிலின்
கோபுரத்தைக் காட்டிலும் குன்றுகள்
உயரமானவை என்று கேள்விப்பட்டதும்
என்னால் முதலில் நம்பவே முடியவில்லை.

அம்மாவின் கையைப் பிடித்துக்கொண்டு
கோயிலுக்குப் போன என்றோ ஒருநாள்
வானத்தில் மேகத்தைப் பார்த்தேன்.
அதன் பெயர் மேகம் என்பதை
அன்றுதான் அறிந்தேன்.
அதற்கும் எனக்கும் இடைப்பட்ட வெளியை
எண்ணிப் பார்த்துத் திகில் அடைந்தேன்.

பேருந்தில் பயணம் போகும்போது
தொலைவில் பார்த்த பொருள்தான்
மலையெனத் தெரிந்ததும்
எனக்கு முன்போல் திகில் உண்டாயிற்று.

தண்ணீரெல்லாம் ஓரிடத்தில் சேர்ந்து
ஆழ்கடலானது எதற்காக!
பாறைகள் இப்படிக் குவியலாகி
புல்லும் செடியும் மரமும் மேலே வரை
அசையாமல் ஓரிடத்தில் நிற்பது எதற்காக.
மலைகளின் வடிவம் மனதில் பதிகிறது
மேலெழும் அலைகள் மலைகளை நினைவூட்டுகின்றன
மேகங்கள் வானில் திரியும் மலைகள் ஆயின.
மரங்களின் சிகரங்கள் மலைபோல் தோன்றின.
எந்தக் குவியலும் மலைபோல் தெரிகிறது.
மலையைக் கும்பிடச் சொல்கிறது சாத்திரம்
வலம்வரச் சொல்கிறது சாத்திரம்
என் கையைக் கூப்புகிறேன்
மலை ஓர் ஆகுபெயராகிவிட்டது.

என் உளம் நிற்றி நீ

நாடு திரும்பியோர் சதனம் (ஸ்தாபிதம் 1920)

செவ்வாய்க் கிழமை வந்திருந்தாரே
பாலகிருஷ்ண மாரார்
அவரிடம் பேசினீர்களா மிஸ்டர் நாயுடு
நாடு நாடாய்ச் சுற்றின பிறகும்
உலகம் உமக்குப் புரியவில்லை நாயுடு.
எழுபது ரூபாய்க்குக் கொஞ்சம் சம்பளம்
குறைவானதென்றாலும் அந்த
உத்யோகம் வேண்டாம் என்கிறீர்.
ஜில்லா போர்டு உபாத்யாயர்
பத்து ரூபாய்க்கு வேலை செய்கிறார்
ரெவின்யு போர்டில் பாருங்கள்
பதினைந்து ரூபாய்க்கு
ராவும் பகலுமாய் உழைக்கிறார்கள்
நீங்களோ கட்டாயம்
எழுபது ரூபாய் வேண்டும் என்கிறீர்
விஷயம் தெரியாத ஆளா நீர் நாயுடு.
தெலுங்கும் மறந்தீர் தமிழும் மறந்தீர்
இங்கிலீஷ் கொஞ்சமும்
போர்ச்சுகிஸ் கொஞ்சமும் பேசுகிறீர்
எங்கே போவீர் எங்கே இருப்பீர்
ராயபுரம் ஸ்டேஷனிலா.
பாரீஸ் கார்னர் லிங்கிச் செட்டித்தெரு
தம்பு செட்டித் தெரு
கலவல கண்ணன் செட்டித் தெரு
பண்டால வெங்கடாசலம் தெரு
ஈரெங்கிலும் உமக்கு வீடு கிடைக்காது

அர்மேனியன் தெருவில்
குடிசைதான் கிடைக்கும்
ஆனால் நீங்களோ இந்தியர்
கறுப்பன் என்பார்கள்
என்ன செய்வீர் நாயுடு?
பார்ப்பான் ஒருவன் திறந்திருக்கும்
போஜனசாலையில் ஒருவேளை உண்டு
எங்கே படுப்பீர் நாயுடு?
எழுபது ரூபாய். நோ மோர். நோ லெஸ்!
இரு மொழியாளர் பேசினார்
தொப்பியை மாட்டிக் கொண்டு
பாண்ட்டின் பின்பக்கத்தைத் தட்டிவிட்டுக்
கடலை நோக்கி ஓரடி வைத்தார்
நாடு திரும்பிய நாயுடு.

என் உளம் நிற்றி நீ

எங்ஙனம் மொழிகோ யான்

உங்கள் பெயரை அறிந்தவன் என்று
சொல்வதற்கில்லை. ஆனால் முப்பது
வருடங்களுக்கு முன்பு உங்களை நானொரு
பெயரால் அறிந்திருந்தேன். அந்தப் பெயரை
இன்னமும் வைத்துள்ளீர்களோ இல்லை
விட்டுவிட்டு வேறு பெயரை சூட்டிக்
கொண்டிருக்கிறீர்களோ, தெரியவில்லை.

பாருங்கள், அதிசயம்தான், இதே தெருவில்
முப்பது வருஷங்களுக்கு முன்பு
ஒரு வெற்றிலையின் நரம்பைக் கிள்ளி
இடது பக்கம் எறிந்தீர்கள். இடது பக்கம்
சொடுக்கினால் பூத கணங்கள் மிரளும்
என்பார்கள். ஆனால் வெற்றிலைக் காம்பை
இடது பக்கம் சொடுக்கினாற்போல் எறிந்தீர்கள்

வெற்றிலையின் முதுகில் சுண்ணம் தடவினீர்கள்
அப்போது உங்களை நெருங்கிக் கேட்டேன்
அப்போது உங்கள் பெயரைச் சொன்னீர்கள்
அந்தப் பெயர் உங்களது என்பதால்
ஞாபகம் இருக்கும் என்றே நினைக்கிறேன்
உங்களிடம் ஒரு தெருவின் விவரம் கேட்டேன்
என்னைத் திடுக்கிட்டுப் பார்த்தீர்கள்

விரைவாய்ச் செல்லுங்கள் அந்தத் தெருவில்
வீடுகளை வெளியேற்றுகிறார்கள் என்றார்கள்

வான் வழியாக அப்போது ஒரு வீட்டை ஒருவன்
இழுத்துக் கொண்டு போவதாய்ச் செய்தான்.
விரைவாய்ச் செல்ல முடியாமல் சிலவீடுகள்
இடறி விழுகின்றன. சில கதவிலக்கங்களை
ஒருவர் ஒருவரிடம் கூறுகிறார். விரைவில்
அவற்றைக் கொண்டுவரக் கூலி தருகிறார்
விரைவில் செல்லுங்கள் என்றீர்கள்.
இடது பக்கமாய் ஒரு காம்பை எறிந்தீர்கள்

நீங்கள் சொன்னது போலவே போனேன்
நான் தேடிய வீடு காணப்படவில்லை.
தெரு ஓரம் ஒரு விண்பிறவி அழுதான். எனது
லிகிதங்களை எப்படிச் சேர்ப்பேன் என்றான்
தேடிய வீடு காணாத போது
வீடுகள் காணாமல் போகும் வீதியில்
அலைவதால் பயன் என்ன என்று
திரும்பிவிட்டேன். ஒரு விஷயம் கேட்கணும்
இருவர்க்கும் நினைவில் இருக்கக்கூடிய
அந்தப் பெயரால் உங்களை அழைக்கலாமா?

என் உளம் நிற்றி நீ

ஊரிலேன் காணியில்லை

முற்றிலும் வேறாகி விட்டது இந்தப்
பிட்சைக்கார வாழ்க்கை.

புதிய சாலைகள்
புதுப் புது தெருக்கள் கூடவே
புதுப் புது சந்துகள்
நாய்கள் மட்டுமே நினைவில் கொள்ளக்கூடிய
புதுப் புது மார்க்கங்கள்
புதிய ஆண்கள் புதிய பெண்கள்...
ஒரு சொல்லும் உரத்துப் பேசாத நான்
உரத்துக் கூச்சலிடக் கற்றுக் கொண்டுவிட்டேன்
வற்றிப் போகும் தொண்டைக்குக்
கொஞ்சம் தண்ணீர் காட்டுகிறேன்
கூச்சலிட்டுக் கேட்பதும் நின்று போய்விட்டது.
எல்லோருக்கும் என்னைப்
பிட்சைக்காரனென்று தெரிந்துவிட்டது.

பிட்சைக்கார வாழ்க்கையில்
நிகழ்வுகள் ஞாபகம் வருகிற அளவுக்கு
ஞாபகத்தில் மனிதர்கள் வருவதில்லை.
முகங்கள் மறந்து போகின்றன.
மிகமிக அழகான ரூபவதிகூட
நினைவில் வருவதில்லை.

கோயில் குளங்களில் குளிக்கிறேன்.
எனது செப்புப் பாத்திரங்களைக் கழுவி
படிக்கட்டில் காயவிடுகிறேன்.
எனது வேட்டியில், மேல்துண்டில்
பல ஊர்த் தண்ணீர்க் கறைகள்
பற்றிக் கொண்டுள்ளன.

ஞானக்கூத்தன்

பிட்சை கேட்கும் என்னை
இப்போது யாரும் திட்டுவதில்லை
உழைத்து சாப்பிடச் சொல்லி
எனக்கு யாரும் அறிவுரை சொல்வதில்லை
குழந்தைகள் என்னைக் கண்டு பயப்படுவதில்லை
நாய்கள் என்னைக் கண்டு குரைப்பதில்லை
எனது பிட்சைப் பாத்திரங்களை
                    அவை நம்புகின்றன.
மரங்களின் நிழலில் படுக்கிறேன்.
தாவரங்களின் துளிர்களைப் போல
அழகு வேறு பொருள்களில் உண்டா என்ன!
ரம்பையும் ஊர்வசியும் திலோத்தமையும்
ஆதியில் துளிர்களில்தான் பிறந்தார்களோ?
எனக்கென் பெயரும் ஞாபகம் இல்லை
சாமாவா சடகோபனா
கடைசியில் யார் கேட்டார்கள்? நான் சொன்னேன்.

தண்டவாளத்தை ஒட்டிய
ஒற்றையடிப் பாதையில் நடந்து செல்லும்போது
என்னைக் கடக்கும் ட்ரெயின்கள்
எந்த ஊர் போகின்றன என்று
கவலைப்படுவதே இல்லை நான்.

மாக்கல் பிள்ளையார்

தேரடித் தெருவில்
ஒரு வீட்டில்
திருடன் புகுந்துவிட்டான்.
டீ.வியில் ஏதோ சீரியல் வீட்டார்
பார்த்துக் கொண்டிருந்தனர்
திருடன் புகும்போது யாரும்
அவனைப் பார்க்கவில்லை
உள்ளே போன திருடன்
கைக்குக் கிடைத்த பொருள்களை
வாரிப் பெரிய பை ஒன்றில்
அடைத்துக் கொண்டு
புறப்படும் போது
குட்டிப் பெண் ஒன்று
கூக்குரல் இட்டது.
பிள்ளையார் பொம்மையை
அங்கிள் எடுத்துக் கொண்டு
போகிறார் என்று.
எல்லோருமாய்ச் சேர்ந்து
திருடனைப் பிடித்தனர்
திருடன் அடிபட்டான்
தரையில் தள்ளப்பட்டுக்
கால்களால் உதைபட்டான்
திருடன் அழுதான் தமிழ்
அல்லாத மொழியில் கெஞ்சினான்
காவல் துறையினர்
அவனைக் கூப்பிட்டுப் போனார்கள்
மாக்கல் பிள்ளையாரும்
ஸ்டேஷன் போனார்

கம்ப்ளெயின்ட்
எழுதிக் கொடுத்துவிட்டுப்
பிள்ளையாரைக்
கொண்டு போகச் சொன்னார்கள்
தாலி ஏறினால் பெண்ணுக்கும்
தேர்தலில் வெற்றிபெற்றால்
கட்சிக்காரனுக்கும்
மதிப்பு கூடுவது போலத்
திருடப்பட்டால் பிள்ளையாருக்கும்
மதிப்பு கூடுகிறது.
மாக்கல் பிள்ளையார் தன்னை
மரகதப் பிள்ளையாராகக்
கற்பனை செய்து ஸ்டேஷனில்
பக்தர்களுக்காகக் காத்திருந்தார்.

சிவ சிவ

சாலிவாகன சகாப்தம் ஒன்றில் வாழ்ந்திருந்த
வள்ளல் ஒருவர் படிகள் கட்டினார்;
குன்றின் உச்சியில் இருக்கும் கோயிலுக்குப்
பக்தர்கள் வசதியாய் போய்வந்தார்கள்
நூறு படிகள் ஏறிய பின்பு பக்தர்கள்
ஓய்வு கொள்ளவும் மண்டபம் கட்டினார்.
பத்து பேர்கள் இருக்கலாம் மண்டபத்தில்
மழை பிடித்துக் கொண்டால் கஷ்டம்தான்
குறைந்த பட்சம் நனையாமல் ஒதுங்கலாம்

குன்றின்மேல் ஏறினேன். மண்டபத்தில்
அமர்ந்தேன். மாலை விளக்கேற்ற
எண்ணெய்த் தூக்குடன் படிகளில்
ஏறிக் கொண்டிருந்தார் கோயில் ஊழியர்

சுற்று முற்றும் பார்த்தேன். ஒற்றை
வானரம் என்னைக் கடந்து சென்றது.
குன்றின் பக்கவாட்டில் மற்றொரு குன்று
அழுந்திக் கிடந்ததுபோல் தோற்றம் தந்தது.
அவரிடம் கேட்டேன். ஏனிந்தக் குன்று
அழுந்தினாற்போல் தெரிகிறதென்று
அவர் சொன்னார்: 'சீதையைத் தேடி
இலங்கைக்குப் போகும்போது அனுமார்
ஆகாசத்தில் பறப்பதற்காகக்
காலை அழுத்தினார். அம்மலை
மண்ணுக்குள் நன்றாய்ப் புதைந்து போயிற்று
அதைத்தான் நீங்கள் பார்த்தீர்கள்' என்று.
இந்த மலையைப் பற்றி யாருக்கும்
தெரியாதுபோல இருக்கிறதே என்றேன்.
தெரியாதா ... பாருங்கள் அங்கே என்றவர்
படியேறத் தொடங்கினார். அவர் சொன்ன
திசையில் ஆர்வமாய்த் திரும்பிப் பார்த்தேன்
ஓர் ஆணும் பெண்ணும் களிப்பில்
இருந்தார்கள்.
சிவ. சிவ.

சேலையில் வரைந்த சரீரம்

உருகிய ஈயத் துளிகளாலான
ஊர்க்குளத்தில் செவ்வல்லிக் கூட்டம்
என்னைப் பரிகசிக்கிறது
மொழி தேவையில்லை பரிகசிக்க.

தண்ணீரை விட்டு முதல் படிக்கட்டில்
வந்தமர்ந்த ஈரத் தவளைகள் தங்கள்
மணித் தக்காளிக் கண்கள் கொண்டு
என்னைப் பார்த்துத் தாடைகளால்
ஏளனம் செய்கின்றன.

நீரிலிருந்து மேலே இழுக்க இழுக்க
வந்துகொண்டே இருக்கும் சேலையை
இழுப்பவள் முகத்திலும் ஒரு புன்சிரிப்பு
தண்ணீரில் இறங்குகிறேன்
என் சரீரம் தண்ணீருக்குள் கரைகிறது
சரீரம். சரீரம் என்றேன். சரீரமோ
தண்ணீருக்குள் கரைந்து கொண்டே போகிறது.
இங்கும் அங்கும் என்னை அழுத்த மீன்படைகள்
சரீரத்தைக் கரைப்பக்கம் ஒதுக்குகின்றன.

யாரோ ஒருத்தி தன் சேலையை அலசுகிறாள்
சேலையை வெளியே இழுத்துப் பிழிகிறாள்.
பின்பு சேலையை உதறி வேலியில் உலர்த்துகிறாள்
சேலையில் ஓர் ஓவியமாக என் சரீரம்
மெல்ல மெல்லக் காலை வெயிலில் உலர்கிறது.

என் உளம் நிற்றி நீ

ஆமாம் சொன்ன கையெழுத்து

மருத மரத்தின் உச்சாணிக் கிளைக்குக்
கீழே அமர்ந்திருந்த ஒரு யட்சச் சிறுமி
சேராத ஏதோ இரண்டை
சேர்த்து வைத்து விளையாடுகிறாள்

அவளுடைய விளையாட்டின் எல்லை மீறலில்
தனித்தனியாய் இருந்து வந்த
குற்றமும் பத்திரிகையும் சேர்ந்துவிட்டது.

இந்த முறையும் பின்பனிக் காலம்
என்மேலொரு குற்றப் பத்திரிகை எழுதியுள்ளது.

பருவம் தவறிப் பூத்தவற்றின்
அந்தரங்கச் சிரிப்புகள் என்மேல்
எழுதப்பட்ட பழிகளை ஆமோதிக்கின்றன.

என்னைப் பற்றித் தொடுவானம் விசாரிக்க
தலையாட்டுகின்றன ஊர்க்கோடி
சாம்பல் நிறத்து நெட்டுடல் பனைகள்
என்மேல் எழுதப்பட்ட குற்றப் பத்திரிகையை
சப்புக் கொட்டிப் படிக்கிறது சராசரம்
பெர்முடாஸ் அணியும் உள்ளூர் ஓவியர்கள்
குற்றப் பத்திரிகையின் நான்கு மூலைக்கும்
பூக்களை வரைந்து அலங்காரம் செய்துள்ளனர்

ஞானக்கூத்தன்

குற்றப் பத்திரிகையின் கீழே விடப்பட்டுள்ள
வெற்றிடத்தில் எல்லோரும் கையெழுத்திட்டுள்ளனர்.
நெளிநெளியான கையெழுத்துகள்
தப்பிக்கும் நோக்குடைய கையெழுத்துகள்
கெஜட்டட் மற்றும் நான்கெஜட்டட்
கையெழுத்துகள். பலவண்ண
மசியில் கையெழுத்துகள்.

எல்லோரும் எல்லோரும் எல்லோரும்
கையெழுத்திட்டுள்ளனர்
ஊர்ப் பொதுவில் நின்ற
நொச்சி மரத்தில் தொங்கவிடப்பட்ட
குற்றப் பத்திரிகையை நான் பார்க்கிறேன்
படிக்கிறேன் யார்யாரென்று
நெஞ்சு நொறுங்குதடி. ஞானாட்சரி
அழகிய உன் கையெழுத்தைக் கண்டுபிடித்து.

குப்பைக்குப் போகும் பாத்திரம்

புட்டம் சரியில்லாத தம்ளரை நாளைக்குப்
பொழுது விடிந்ததும் தெருக் குப்பைத்
தொட்டியில் எறிந்துவிடப் போகிறேன்
தம்ளருக்கு மட்டுமா புட்டம் சரியில்லை
இந்தப் பாட்டியின் இடப்பக்கப் புட்டம்
காசிக்குப் போய்வந்த நாளிலிருந்து
எப்போதும் உயர்ந்தே இருக்கிறது
கடையில் வாங்கும்போது என்னத்தைப் பார்த்தேன் ?
கடைக்குள் லாவண்டர் மணக்க என்னைக்
கடந்து சென்ற கிந்திப் பெண்ணைப்
                    பார்த்ததன் பயனா ?
தண்ணீர் நிரப்பி அதைத் தரையில் ஒருநாள்
வைத்தபோது தம்ளர் தென்திசை நோக்கி
சாய்ந்த சரீரமாய்த் தென்பட்டது. அன்றுதான்
தெரிந்தது தம்ளரின் புட்ட விசேஷம்

மேசை மேல் வைத்தேன். தண்ணீரோடு தம்ளரை
சற்றே சாய்த்து தண்ணீரை வெளியேற்றித்
தனது சுமையைக் குறைத்துக்கொள்ளும்
                       முயற்சிபோல்
புட்டம் சரியில்லாத தம்ளர் சாய்ந்தது
மேசையின் விளிம்பைத் தாண்டித் துளிகள்
தரையில் குதிக்கத் தொடங்கின

ஞானக்கூத்தன்

மேசைமேல் பரப்பிக் கிடந்த தாள்கள்
நனைந்துவிட்டன. அவற்றுள் ஒன்று
ஞானாட்சரிக்குத் தொடங்கிய கடிதம்
மேலும் சில பெண்களின் படங்கள் ...

புட்டம் சரியில்லாத தம்ளரே உன்னைத்
தொட்டியில் எறியப் போகிறேன். நாளைக்குக்
குப்பை பொறுக்கும் முத்துப்பல் பெண்குட்டி
உன்னை எடுப்பாள். அவள் தோளில் தொங்கும்
அரிய பொருள்களுக்கான தனிக் கோணியில்
உன்னைப் போட்டுக்கொள்வாள்

தண்ணீரோ மோரோ கார்ப்பரேஷன் ஆஸ்பத்ரி
வாடைக் கஷாயமோ எதையோ ஒன்றை
உனக்குள் ஊற்றிப் பார்ப்பாள், நீ
ஓட்டையா இல்லையா என்று சோதிக்க.
நீ அப்போது சாய்வாயா, நிற்பாயா?

ராசி

உங்கள் ராசி எப்படியோ?
எனக்கென் ராசி உதவியதில்லை
கைராசி உள்ள வைத்தியர்கள்,
ஒற்றை மாட்டுவண்டியில் பயணம் செய்து
தாயையும் சேயையும் உயிருடன் பிரிக்கும்
கைராசி உள்ள நரசம்மாக்கள்
கைராசி உள்ள போணிக்காரர்கள்
    எங்கள் ஊர் காய்கறிச் சந்தையில்
    கைராசிக்காகக் காத்திருக்கும்
    கடைக்காரர் அதிகம் உண்டு
எல்லாம் ராசி செய்யும் மாயம்
கைராசி போலவே முகராசியும்
முகராசி இல்லையா வெற்றியும் இல்லை
முகராசி உள்ளவர்க்குக் கேட்கும் இடத்தில்
கடன்கள் கிடைக்கும். மத்திய அரசின்
க்ராண்ட் கிடைக்கும். ஸ்காலர்ஷிப்பும்
ஃபெலோஷிப்பும் கூடக் கிடைக்கும்
பெரிய கம்பெனிகள் உங்கள் ப்ராஜக்டை
ஸ்பான்சர் செய்யலாம். நாரத கான
சபாவிலோ மியூசிக் அகடமியிலோ
உங்கள் பெண்ணின் நடனம் அரங்கேறலாம்.

உங்களுக்கு முகராசி மட்டும் இருந்தால் போதும்
யாரையும் எங்கும் சந்திக்கலாம்
ராஜ்பவனில் மரியாதை நிமித்தம்
அப்துல் கலாமை சந்திக்கப் போகலாம்

ஆனால் எனக்கென் ராசி உதவுவதில்லை
ராசி இல்லாதவன் என்று
பிரிண்டில் வராததுதான் பாக்கி

எந்த வீட்டில் குடிபுகுந்தாலும்
வீட்டில் ஒரு சுவர் கோணலாய் இருக்கும்.
கட்டிலோ மேசையோ எதுவானாலும்
தரையைச் சரியாகத் தொடவே தொடாது
வாங்கிக் கொண்டுவந்த புட்டி மருந்தின்
பயன்படு தேதி சீட்டில் பார்த்தால் முடிந்திருக்கும்
நான் வாங்கிய விகடனோ குமுதமோ இந்தியா டுடேவோ
பக்கம் பக்கமாய் ஒட்டிக் கொண்டிருக்கும்.

எனது போட்டோவில் சில சமயம் நான்
யாகவா முனிவர் போலவும் லால்
பகதூர் சாஸ்திரி போலவும் மகாபலி
புரத்தில் திருட்டுக் கொடுத்த ஜப்பானிய
சுற்றுலாப் பயணி போலவும் தெரிகிறேன்

அமாவாசை இரவு மொட்டை மாடியில்
படுத்துக்கொண்டு வானைப் பார்க்கிறேன்
கூடு திரும்பும் நாரைப் பறவைகள்
பேசுவதென் காதில் விழுகிறது
முதல்முறையாக என் ராசி சிரிப்பைத் தந்தது.

கொடுத்த வேலையைச் செய்கிறவன்

நிலக்கரி தோண்டப் போகிறார்கள்
நெய்வேலிக்குப் போய் வேலை தேடென்றார்கள்
நெய்வேலிக்குப் போனேன்
கோடை வெயிலில் தேகம் கறுத்தேன்
தூத்துக்குடிக்குப் போ
உப்பளத்தில் வேலை கேளென்றார்கள்
தூத்துக்குடி போனேன்
காய்ச்சல் கண்டதே மிச்சமாயிற்று
தஞ்சை ஜில்லா சேலம் ஜில்லா
எங்கும் சுற்றினேன்.
கரும்பாலையில் வேலை கேட்டு
காத்துக் கிடந்தேன்.
மதுரைக்குப் போனேன்.
மடிப்பணம் தொலைத்துக்
காஞ்சிக்குப் போனேன்
பழத்தட்டு விற்றேன். தேங்காய் விற்றேன்
நீல வர்ணத்தில் சட்டை போட்டு
ரயில்வே ஜங்ஷனில் எல்லாம்
டீ காபி டீ காபி என்று கூவி
மெதுவடை மசால்வடை விற்றேன்
ப்ராய்லர் முட்டை விற்றால்
லாபம் கண்டிப்பாய்ப் பார்க்கலாம் என்றார்கள்
வெள்ளைப் பன்றிகள் வளர்க்கும் பண்ணையில்
கூப்பிட்டார்கள். வான்கோழிப்
பண்ணையில் ஈமு கோழிப் பண்ணையில்
வேலைக்கு வரும்படி ஆள் அனுப்பினார்கள்

ஆனால் எந்த வேலைக்கும் போகாத நான்
ஒரு கோணிப்பையை முதுகில் போட்டுக்கொண்டு
வட சென்னை விட்டுத்
தென் சென்னை வருகிறேன்.
கோணிக்குத் தேவைப்படும்
பொருள்களைத் தேடிக்கொண்டே
மார்கழி மாசத்துப்
பஜனைப் பாட்டைக் கேட்கிறேன்
என் மகன் என்னைத் தேடிப் பிடித்தவன்
'வேலைக்குப் போகிறேன் அப்பா' என்கிறான்
'என்ன வேலை' என்றேன்.
'கொடுத்த வேலை எதுவானாலும்
செய்யப் போகிறேன் அப்பா' என்கிறான்
'சரி போ' என்று அவனுக்கு
டீக்குக் காசைக் கொடுத்தேன்.
பஜனைப் பாட்டு தொடர்ந்து கேட்டது
'தீயினில் தூசாகும்' என்று.
எது தூசாகும் என்பது சரியாய்த் தெரியவில்லை

சுடிதார்

வயதில் இளையவள்
வீதியில் நடக்கிறாள்
இளைஞனே அவள் பின்னால் போகாதே
பிரசிடென்சியோ நந்தனமோ
அம்பேத்கரோ பச்சையப்பாவோ
அங்கே படிக்கப் போ இளைஞனே
இளையவள் பின்னே போகாதே.

விம்மி விம்மி பலநாள் அழுதாள்
தண்ணீரும் சோறும் வேண்டாமென்று
மூன்று நாட்கள் அறையில் மறுகினாள்.
தோழிகள் ஆறுதல் சொல்லியும்
விடாமல் அழுதாள்.

பஞ்சாபிகள் ராஜஸ்தானிகள்
உத்தரப் பிரதேசிகள்
மத்யப் பிரதேசிகள் –
பெண்களுக்குத்தான் சரிப்படும்
நமக்கது வேண்டாம் என்றான் அண்ணன்
மாற்றல்கள் வரவேற்புக்குரியவை
ஆனால் எதில் எதில் என்பது
முக்கியம் என்றார் அப்பா.
அம்மா ஆதரித்தாள்
திலகம் வைத்தால் அழகாய் இருப்பாளா
என்று சோதித்துப் பார்க்க
முஸ்லிம் பெண்ணொருத்தி
ரகசியமாய்த் திலகம் வைத்துக்
கண்ணாடியில் பார்த்தாளாம்
அப்படித்தான் இதுவும் என்றாள் அம்மா,

அம்மாவின் ஆதரவில் இருந்த
தத்துபித்து லாஜிக்கு
சிரிப்பு மூட்டினாலும்
சிரிப்பால் தோற்போம் என்று
சும்மா இருந்தாள் தங்கை.
அப்புறம் வீடு சம்மதித்தது.
ஆகாய நீலத்தில் ஒரு சுடிதார்
நல்ல கடையில் வாங்கிக்கொண்டாள்
சுடிதாருக்குக் குங்குமம் தடவி
ஜாக்ரதையாகப் போட்டுக்கொண்டு
பீரோ கண்ணாடியில் பொருத்தம் பார்த்தாள்.
தனது பிம்பம் கண்ணாடியில் தெரிந்ததும்
அவளது சந்தோஷத்தை எதைக்கொண்டு அளப்பது?

அவசரமாக நடக்க
பேருந்தைப் பிடிக்க
டூவீலரில் போக
சுடிதார்போல வருமா என்று
டீவிக்குப் பேட்டி தருவதாய்க்
கற்பனை செய்துகொண்டு
வயதில் இளையவள் வீதியில் நடக்கிறாள்
இளைஞனே அவள் பின்னால் போகாதே
வீட்டில் சுடிதார் பற்றி சொல்லப்பட்ட
கருத்துகள் உண்மைதான் என்றாகிவிடும்.

தொலைவில் தெரிந்த தீ

சிற்றூரின் எல்லைக்குப் போகும்போது
எவரோ கூப்பிட்டதுபோல் கேட்க
ஒருமுறை திரும்பிப் பார்த்தேன்.
எந்தக் குடிசையின் வாசலில் நின்று நான்
தண்ணீர் கேட்டுக் குடித்தேனோ
அந்தக் குடிசை எரிந்துகொண்டிருந்தது
குடிசையில் அப்போது யாரும் இருந்தார்களா
கூக்குரல் எழுப்பினார்களா
என்பதைத் தொலைவில் இருந்ததால்
அறிந்துகொள்ள முடியவில்லை.
குடிசைக்குப் பக்கத்தில்
ஏரி குளம் எதுவும் கிடையாது
கிணறு கூடக் கிடையாது.
தீயை எப்படி யார் அணைப்பார்கள்
பக்கத்துக் குடிசையில் யாரும் இருந்தார்களா?
பக்கத்துக் குடிசையும் எரியத் தொடங்கியது
நான் அங்கே போவதா?
அணைக்க முடியாத தீயை வேடிக்கை பார்ப்பதா?
நாற்பது வருடங்கள்
காய்ந்த சருகுகள்போல் பறந்துவிட்டன
இன்றும் அந்தக் குடிசை அணையாமல்
எரிந்துகொண்டே இருக்கிறது.
குடிசையை விட்டுக் குடிநீராக வெளியேறியதால்தான்
தீ பற்றிக் கொண்டது குடிசை என்பது போல
என் உடம்பில் தண்ணீர் மீண்டும்
குடிசைக்குப் போகத் துடிக்கிறது.
என் மனதில் தண்ணீர் எப்போதோ
பிம்பமானதைத் தெரிந்துகொள்ளாமல்

ஞானக்கூத்தன்

ராஜ ராஜ சோழனின் காலடி நீளம்

குழந்தை ராஜ ராஜ சோழர்
அரண்மனை முழுதும் சுற்றுகிறார்
குழந்தை ராஜ ராஜ சோழர் பின்னே
காஞ்சுகீயர்கள் ஓடுகிறார்கள்

அவர்களது நீண்ட அங்கிகளில்
கையைத் துடைத்துக்கொண்டு
ராஜ ராஜ சோழர் ஓடுகிறார்
சோழ தேவரைத் தாங்கள்
துரத்திக் கொண்டு போவதாய் யாரும்
நினைத்து விடாத வண்ணம்
அதிகாரிகள் பின்னே ஓடுகிறார்கள்
சோழர் ஒரு தூணைச் சுற்றுகிறார்
ஓடுகிறார்.
ஒரு தூணைச் சுற்றுகிறார் ஓடுகிறார்.
ஓரிடத்தில்
படிகளில் இறங்கியும் ஏறியும் ஓடுகிறார்
கல்யானை மீது ஏறுகிறார். இறங்குகிறார்
கல்குதிரை மீது ஏறுகிறார்.
ஓட்டுவது போலப் பாவனை செய்கிறார். ஓடுகிறார்.
'ஓடாதீர். நில்லுங்கள்' என்று
சோழரைக் கூற யாருக்கும் அதிகாரம் இல்லை
நீண்ட நேரம் ஓடிய பின்பு
குழந்தை ராஜ ராஜ சோழர்
குடிநீர் கேட்டு உட்காருகிறார்.
அரசர் திருவடி நொந்ததா என்று
கேட்கிறார் முறுவலோடு ஓர் அதிகாரி
இல்லை என்கிறார் சோழர்
காட்டுங்கள் என்கிறார் அதிகாரி
ராஜ ராஜ சோழர் காட்டுகிறார்.
ராஜ ராஜ சோழரின்
திருவடி நீளமே ஓரளவாக
சாம்ராஜ்யம் முழுவதும்
அளக்கப்பட்டது
குறுக்கும் நெடுக்குமாய்,

கறை செய்த துளிகள்

தண்டையார்ப் பேட்டையில் எங்கள் தோழர்கள்
தடியடி பட்டுச் சாகிறார்கள்.
இங்கே உங்களுக்கு
இலக்கியம் ஒரு கேடா?
தொடக்க உரையைத் தலைவர் படிக்கத்
தொடங்கும்போது
அரங்கில் ஒருவர் எழுந்து கேட்டார்
அரங்கம் மௌனத்தில் உறைந்தது
எனக்கும் கொஞ்சம் நடுக்கமாய் இருந்தது
கவிதை படிப்பது தவறோ?
தண்டையார்ப் பேட்டைக்கு
ஆட்டோ பிடித்துப் போவதா
அல்லது எனது முறை வரும்போது
கவிதை படிப்பதா என்று குழம்பினேன்.
தண்டையார்ப் பேட்டைத் தடியடி விஷயத்தைப்
பொருட்படுத்தாத அழைப்பாளர்
கவிதை வழங்கப் போவது
செஞ்சி சின்னப்பன். வருக, வருக என்றார்.
சின்னப்பன் முடிந்ததும்
வந்தவாசி ஆளுடைப்பிள்ளை. அப்புறம்
கிணத்துக் கடவு ராயப்பன் அப்புறம்
கொங்குக் கவியரசு பிள்ளை நிலவினார் என்கிற
பால சந்த்ரன். அப்புறம்
கடல் அலை கோவிந்தராசு என்கிற நான்.
என்ன செய்யலாம் என்று சிந்தித்தேன்
அந்தத் தோழர் அரங்குக்கு வெளியே
சிகரெட் புகைப்பவரைப் பார்த்தார்.

எனது கவிதையை நான் படித்தேன்
எதற்கும் இருக்கட்டும் என்று
இன்குலாப் ஜிந்தாபாத் என்று தொடங்கினேன்
கூட்டம் முடிந்தது.
தேநீர்க் கடையில் சிங்கிள் டீயுடன்
எதிரே அமர்ந்தார் தோழர்
'கவிஞரே!
உழைக்கும் வர்க்கம் ரத்தம் சிந்துவதைப்
படைப்பாளிகள் எண்ணிப் பார்க்கணும்
அதனால்தான் கூச்சலிட்டேன்' என்றார்.
அவரது சிங்கிள் டீக்கு நான்
காசைத் தருவதாய்ச் சொன்னேன்
நன்றி வேண்டாம் என்றார்
எழுந்து போனார். அவரது
கணுக்காலில் போட்டிருந்த காயக்கட்டு
நெகிழ்ந்து போயிருந்தது
கால் வைத்த இடத்தில்
துளித் துளிக் கறைகள் இருந்தன
அவை தேநீர்த் துளிகளாய் இருப்பதற்கில்லை.

முருங்கைக் காய்கள்

எங்கள் வீட்டில் முருங்கைக் காய்கள்
சமைக்கும் வழக்கம் கிடையாது
ஆசாரக் குறைவான காய்களில் ஒன்றாகும்
நீளமாய் வளரும் முருங்கைக் காய்கள்

மதிய உணவில் பள்ளித் தோழன்
வேக வைத்த முருங்கைக் காயின்
துண்டுகள் சிலவற்றைக்
கொண்டு வந்திருந்தான்.
என்ன காய்கள் என்றேன்.
முருங்கைக் காய்கள் என்றான்.
ஆனால் எனக்குத் தோழன்
சுவைத்துப் பாரென்று ஒரு
துண்டு கூடத் தரவில்லை.
கொடுத்திருந்தாலும் அவன், கொடுத்தால்
சாப்பிடக் கூடியவன் நான் இல்லை

காவிரியாற்றுப் படுகையில் நிறைய
முருங்கை மரங்கள் வளர்ந்திருந்தன.
தோழன் என்னை அழைத்துக் கொண்டு போய்க்
காட்டினான் இவைதான் முருங்கை என்று.
உயரமில்லாமல் வலுவில்லாமல்
பொடிப் பொடியாக சற்றுத் தடித்த
பச்சை இலைகள் படர்ந்திருந்தன.
சிறுமியின் சிரிப்பைப் போல
முருங்கையின் பூக்கள் வறண்டிருந்தன.
எனக்கு ஞாபகம் வந்தது. ஜெனரல்
ஆஸ்பத்ரி கம்பௌண்டர் வீட்டில்
பால்காரர் வீட்டில்,
குதிரைக்காரர் வீட்டில்,
வளர்ந்திருந்தவை இதே மரங்கள் என்பது
ஒரே ஒரு காயை
எனக்குத் தோழன் பறித்துக் கொடுத்தான்
யாருக்கும் தெரியாமல்
செய்தித் தாளில் சுற்றி
வீட்டுக்குக் கொண்டுவந்தேன்.

ஞானக்கூத்தன்

அம்மாவுக்கு முருங்கைக் காயை
எப்படி சமைப்பதென்பது தெரியவில்லை
யாரைக் கேட்டுத் தெரிந்துகொள்வது.
வேகவைப்பதா?
சோளக் கதிர்போல் சுடுவதா?

வீட்டில் பத்துப் பாத்திரம் கழுவும்
வேலைக்காரி வந்ததும் அம்மா கேட்டாள்
குழந்தைகள் ஆசைப்படுகிறார்கள்.
முருங்கைக் காய் சாப்பிட
எப்படி சமைப்பதென்றாள்.
வேக வைக்கணும் என்றாள் வேலைக்காரி
அம்மா காயை நறுக்கினாள்.
வேக வைத்தாள். தண்ணீர்
கொதிக்கத் தொடங்கியதும்
முருங்கைக் காயின் வாசனை
அநாசார சங்கீதம் பாடத் தொடங்கிற்று
பயந்து போன அம்மா
அடுப்பை அணைத்தாள்.
எனக்கும் கொஞ்சம் வருத்தம்
என்னால்தானே அம்மா பயப்படும்படி
ஒரு காரியம் செய்யலாயிற்று.
அப்புறம் வீட்டில் முருங்கைக் காய்கள்
சமைக்கப்படவே இல்லை.
அப்பா வருவதற்குள் ஊதுபத்தி
சாம்பிராணி அம்மா ஏற்றினாள்.
முருங்கை சமைத்த பாத்திரத்தை
வேலைக்காரிக்கே தத்தம் செய்தாள்
முன்பைவிட இப்போது முருங்கைகள்
சந்தையில் அதிகம் காணப்படுகின்றன.
கல்யாண சமையலில் தட்டுப்படுகிறது.
அவியலில் நிச்சயம் இருக்கிறது.
நல்ல காயொன்று பத்து ரூபாய்க்கு விற்கிறது
இன்னும் நான் முருங்கைக் காய்களை
காவிரியாற்றுப் படுகையில்
அன்று பார்த்த அதே வியப்புடன் பார்க்கிறேன்
என்னைத் தண்டிக்காமல் விட்ட
ஆசிரியர் பிரம்பைப் போல
முருங்கைக் காய்கள் காட்சி தருகின்றன.

என் உளம் நிற்றி நீ

ஸ்நானம்

கடவுள் சந்தேகப்படுகிறார்
அழுக்கைப் படைத்தது தான்தானா என்று
அழுக்கைப் போ போ என்கிறார்.
போனதுபோல் போக்குக் காட்டி
அழுக்கு திரும்பி வந்துவிடுகிறது.
பகலாகவும் இருளாகவும் இருக்கிறது.
தெரிந்தும் தெரியாமலும் இருக்கிறது.
கடவுள் குளியலை சிருஷ்டிக்கிறார்,
தன்னால் படைக்கப்பட்ட எல்லாப் பொருளும்
குளிக்கக் கடவது என்கிறார்
பிரபஞ்சம் குளிக்கத் தொடங்குகிறது.
பூமியைத் தவிர வேறெங்கே தண்ணீர்
தெரிகிறதென்று மனிதன் விண்ணில் தேடுகிறான்
காக்கைகள் குளிக்கின்றன.
எருமைகள் நீர்த்தடங்களில் இறங்குகின்றன.
மனிதன் குளிக்கத் தொடங்குகிறான்
மனைவி மக்களைக் குளிக்கச் சொல்கிறான்
குருவும் சிஷ்யனும் குளிக்கிறார்கள்
மழை ஊற்றுகிறது. மழையின்
தாரைகள் தண்ணீரைத் தொடும்போது
ஒரு சொல் பிறக்கிறது.
நான் தண்ணீரில் முழுகி எழுகிறேன்
இறைவன் ஆணையை நிறைவேற்றியவனாக

ஞானக்கூத்தன்

உணவு

ஊசி முனையளவு தலையுடைய
செவ்வெறும்பு
அதே அளவிலான தன் கரிய புட்டத்துடன்
விரித்த புத்தகத்தின் தாளில் நடக்கிறது
வலது பக்கத்தின் மேல்முனையிலிருந்து
இடது பக்கத்தின் கீழ் முனைக்கு விரைகிறது.

சரீரம் படைத்த ஒவ்வொரு ஜீவனும்
நடந்து போகும்படி விதிக்கப்பட்டுள்ளது.
எந்த உணவும் அருகில் கிடைப்பதில்லை
வெள்ளைத் தாளில் இச்செவ்வெறும்பு
உணவைத் தேடுகிறதா?
வழி தவறிய சக எறும்பை தேடுகிறதா?
உணவால் ஆனது உலகமென்றும்
உன்னைவிட மூத்தது நீ உண்ணும்
உணவென்கிறது வேதம்
நிறைய நடந்தாயிற்று
இன்னும் நடக்கிறேன்.
என்னுடைய உணவும் அருகிலும் தொலைவிலும் உள்ளது.
இன்னும் சற்று நேரத்தில்
தாளை விட்டு இறங்கிவிடும் செவ்வெறும்பு.
ஆனால் அது தேடிய உணவு கிடைத்ததா?

என் உளம் நிற்றி நீ

மாநிலம் விட்டு மாநிலம் போகும்
தேசிய நெடுஞ்சாலை ஆகட்டும்
தேரும் சப்பரமும் போகும்
தெருக்களாகட்டும் வீதிகளாகட்டும்
வயல் வெளிகளின் நடுவில் வளர்ந்த
ஆலமரம் ஆகட்டும்
நாகர் சிலைகளால் சூழப்பட்ட
அரச மரங்களாகட்டும்
பட்டுப் பாவாடை சுற்றிய
வேப்ப மரமாகட்டும்
எங்கு திரும்பினாலும் நிற்கிறார்கள்
கொடுத்த கடனைத் திரும்பக் கேட்கும் தெய்வங்கள்
நான்கு கைகளில் ஒன்றைக் கூட நீட்டாமல்
பார்வையைக் கொண்டே தா என்கிறார்கள் அவர்கள்
என்ன கடன் வாங்கினேன். எதற்கு
வாங்கினேன். எந்தப் பிறவியில் வாங்கினேன்
என்பதெல்லாம் ஞாபகம் இல்லை.
கொடுத்த கடனின் விவரங்கள் சொல்ல
அவர்களும் மறுக்கிறார்கள்.
கோயில் தொடர்பான ஓசைகள் கேட்டால்
எனக்குக் கடன்தான் ஞாபகம் வருகிறது
முத்துப் பல்லக்கில் தெய்வம்
ஊர்வலமாக வந்தால் எங்கேயாவது
ஓடி ஒளியலாமா என்று நினைக்கிறேன்

தீபம் ஏற்றினேன்
கற்பூரம் ஏற்றினேன்.
பட்ட கடனின் விவரத்தைக்
கடவுளே கூறு என்று கைகூப்பிக் கேட்டேன்
எனக்கொரு சந்தேகம்
தெய்வத்துக்கும் கடன் விவரம் மறந்து விட்டதோ என்று
விவசாயக் கடனையும்
கூட்டுறவுச் சங்கக் கடனையும்
வங்கிகளின் வாராக் கடனையும்
தள்ளுபடி செய்யும் கவர்மெண்ட் போல
கடவுளே என்மேல் கருணை கொண்டு
எனது கடனைத் தள்ளுபடி செய்வாயா?

சயனமும் அயனமும்

மனோன்மணி அம்மாள்
படுத்த படுக்கையாகக் கிடந்தார்
கேள்விப்பட்டு நான் பார்க்கப் போனேன்
என்னைக் கண்டு கொண்டவர்
'சேகர் உனது நண்பனிடம் சொல்
ஆஸ்பத்ரி வேண்டாம். வைத்யம் வேண்டாம்
வீட்டிலேயே இருக்கிறேன்' என்றார்
ஆனால் மனோன்மணி அம்மாள்
அங்குதான் கொண்டு போகப்பட்டார்
சிலநாள் கழித்துக் கண்ணும் மூடினார்
முத்து ராமன் ஒரு கதை சொன்னார்.
அவனது தந்தை
நான்காம் மகனின் வீட்டுக்குத்தான்
டிஸ்சார்ஜ் ஆனபின் போகணும் என்றாராம்.
ஆனால் பிரக்ஞையற்ற நிலையில்
இரண்டாம் மகனின் வீட்டுக்குத்தான்
கொண்டு போகப்பட்டார்
ஈம வசதிகள் அருகில் இருந்தனவாம்
நான்காம் மகனின் வீட்டில் இருப்பதாய்
நம்பிக் கொண்டு
இரண்டாம் மகனின் வீட்டில்
அவனது தந்தை கண்ணை மூடினார்
இன்னும் இப்படிப் பல கதைகள் கேட்டேன்
ஒரே நாளில் பாதிப்
பட்டினத்தடிகளாய் மாறத் தொடங்கினேன்.

ஆற்றில் போனவள் . . .

மூங்கில் பாலத்தின் கீழே
ஆற்றில் ஒரு பெண்ணின் சடலம்
கிடப்பதாக வதந்தி பரவியது
போய்ப் பார்த்தால்
உண்மையிலேயே பெண்ணின் சடலம் ஒன்று
மூங்கில் பாலத்தின் மூங்கில் கால்களுக்கிடையில்
தண்ணீரால் இழுத்துக் கொண்டு போக முடியாமல்
அங்கேயே தங்கியிருந்தது
ஒரு தமிழ்க் கதையில் குறிப்பிடப்பட்ட
பெண் சடலம் பற்றிய வர்ணனை ஞாபகம் வந்தது
வைகை ஆற்றில் வெள்ளத்தைப் பற்றி
எழுதிய பரிபாடல் புலவர்கள்
இரட்டைக் குழந்தைகள் தாங்கிய கர்ப்பிணிப் பெண்ணை
இழுத்து வந்ததாய் எழுதவில்லையென்று
ஒரு கவிஞர் ஆங்கிலத்தில் படித்தாராம்
ஆற்றில் தண்ணீரின் விசை கூடிற்று
பெண்ணின் சேலையாவது
வருகிறதா என்று வெள்ளம் முயன்றது
தமக்குத் தெரிந்த பெண்ணில்லை என்பதில்
பார்த்தவர் உலகுக்கும் நிம்மதி.
ஆற்றின் வெள்ளம் பெருகப் பெருக
வேகமும் கூடிப் பெண்ணின் சடலம் இனிமேல்
ஒருவரும் பார்க்கக் கூடாதென்பது போல
தடைபட்டது. விலகி ஆற்றுடன் போயிற்று
யாரும் பின்தொடரவில்லை. மேலும்
பார்த்ததாய்க் கூட சொல்லிக்கொள்ளவில்லை.

சிந்தனை ஒன்றுடையாள்

உயரமாக ஒன்று
குள்ளமாக ஒன்று
ஆக இரண்டு
பாம்பின் படங்களை
வெளிப்புறச் சுவரில்
காவியால்
வரைந்தாள் மாமி.
தெய்வங்களைப் போலவே
பாம்புகளுக்கும்
பயபக்தியோடு பூஜை செய்துவிட்டுக்
கையில் பூஜைத் தட்டு மற்றும்
வெள்ளியால் ஆன பால் செம்புடன்
மற்ற மாமிகளோடு
ஜாதி முறைப்படி
புடவை கட்டி
அரச மரத்தடி சென்று
கல்லில் வடிக்கப்பட்ட
நாகர் சிலைகளுக்குப் பூஜை செய்து
மாமி என்னைத் தொடர்ந்து வரச் சொன்னாள்.
தங்க அரளிப் புதரின் அருகில்
எழுந்து நின்ற
பாம்புப் புற்றின் எதிரில் நின்றாள்.
மாமாவோடு கடைத்தெரு போகும்போது
இந்தப் புற்றைப் பார்த்தேன் என்றாள்
ரூபாய் நாணயத்தளவேயான
புற்றின் துவாரத்தில்
பாலை ஊற்றினாள் மாமி.

பஞ்சால் ஆன மாலையை போர்த்தினாள்
மஞ்சள் குங்குமம் சந்தனம் தூவி
'ஓ நாகங்களே. உம்மைப் பிரார்த்திக்கிறேன்
எங்களை எங்கள் உறவுகளை
எங்கள் உடைமைகளை இம்சிக்காதீர்கள்'
என்று பொருள்படும் மந்திரம் சொன்னாள்.
வேடிக்கை பார்த்து நின்றிருந்த
இருளர் பிள்ளைகளுக்கு
வாழைப்பழமும் காசும் தந்தாள். பின்பு
போகலாம் வா என்றாள்.
மாமி மராத்தி பேசுவாள்
நான் கன்னடம் பேசுவேன்
நாங்கள் இருவரும்
பேசிக்கொள்வது தமிழில்
ஸ்தோத்திரம் சொல்வது
ஸமஸ்கிருதத்தில்.

அழுகை நிறுத்திய வாய்

பனிபடர் இமயத்தை
இலங்கை வேந்தன் பெயர்த்தபோது
உனது கட்டை விரலால் அழுத்தினாயாமே
மலையடியில் சிக்கிக்கொண்டே
பத்துத் தலை இருபது கையோன் உடனே
சாமகானம் பாட நீ நெகிழ்ந்தாயாமே.
வலியினால் நொந்தவர்கள்
அழுவார்களா அல்லது சாமகானம் பாடுவார்களா?
அழுகையைப் பாடல் வெல்லுமா?
யாரால் சொல்ல முடியும்,
வேந்தன் இசைத்தானா அழுதானா என்று;
சுற்றி அமைந்திருந்ததோ உருகாத பனியும் பாறையும்
சிவனே நீயோ ரோதனை செய்பவன் என்பதால்
ருத்ரன் எனப்பட்டாய் என வேதம் சொல்கிறது
சிவனே நீ சிவனா
இன்றும் ருத்ரனா?
யுகங்கள் மாறிய பின்னும் உனது பழக்கம்
உன்னை விடவில்லையா?
புதிய யுகம் பிறந்த நாளன்று
இனிமேல் ரோதனையை விரும்பேன் என்று
நீ சபதம் எடுத்துக் கொள்ளவில்லையா?
மனிதர்கள் அழுகிறார்கள்
விம்மி விம்மி அழுகிறார்கள்
எந்தக் குன்றத்தையும் எடுக்க முயலாமலே
மனிதர்கள் நசுக்கப்பட்டு அழுகிறார்கள்
மனிதர் அழாத நாடொன்று
பூமியில் எந்தத் திசையிலும் இல்லை
அழுபவர்கள் உறவுமில்லை பகையுமில்லை

ஞானக்கூத்தன்

அழுகையும் இசையும் ஒன்றல்ல என்று
உடுக்கை அடிப்பவனே
உனக்குச் சொல்ல வேண்டுமா?
திறந்த வாய்களின் வழியே
துக்கம் மட்டுமே வெளிப்படலாமா?
உனது காதில் குண்டலங்களான கந்தர்வர்கள்
உன்னை ஏமாற்ற மனிதர்களின்
அழுகையை இசையாக மாற்றிவிட்டார்களா!
அழுகை நின்றபின் ஒருவாய்
எப்படி இருக்குமென சிவனே நீ அறிவாயா!
ஆணும் பெண்ணுமாய் நீ இருப்பதுபோல்
அழுகையும் இசையுமாய் இருக்கலாமா?

மூன்று ஓவியங்கள்

அந்தப் பெரிய மனிதனின்
வரவேற்புக் கூடத்தில், சுவரில்
மூன்று ஓவியங்கள் தொங்கின.
மூன்றிலும் வரையப்பட்டவர் பெண்களே.
அவரவர் தகுதிக்கேற்ப உடைகள் இருந்தன.
அணிகலன்களும் அப்படியே.
அவரவர் தகுதியைக் காட்டி பின்புலம்
வரையப்பட்டிருந்தது
அவர்களில் ஒருத்தி கேரள நாட்டு இளவரசியோ என்னவோ
பொன்னாலான வளையல்கள் அணிந்திருந்தாள்
தங்கக் காசுகள் மாலையாய்க் கழுத்தில் தொங்கின.
உடுத்திய புடவையும் பட்டுப் புடவைதான்
பட்டுப் புடவையில் பொன்னாலான ஜரிகை.
அமர்ந்திருந்த நாற்காலியின் பிடிமேல்
கைகளை வைத்திருந்தாள்.
கால்கள் வைக்கப் பலகை இருந்தது
கால்களின் மூலைகளில் தந்தங்கள் இருந்தன.
அவளுடைய பார்வை எதன்மீதும் இல்லை.
இரண்டாம் பெண்ணும் பணக்காரி
அவளும் உயர்ந்த ஆடை அணிகலன்கள் அணிந்திருந்தாள்.
இடது கையை வலது முழங்கைமேல் வைத்திருந்தாள்
முதலவள் உடம்பு இளைய சூரியன் என்றால்
பின்னவள் உடம்பு மஞ்சள் பௌர்ணமி.
ஓவியத்தின் மூன்றாம் யுவதி
பருத்திப் புடவை உடுத்தியிருந்தாள்

வெண்சங்கால் ஆன வளையல்கள் அவள் கையை அலங்கரிக்கக்
காதில் பனைஓலை செருகிக் கொண்டிருந்தாள்
கழுத்தில் நகைகள் இல்லை.
ஆனால் அழுக்கில்லாத மஞ்சள் கயிறு புரண்டது.
முதல் பெண் எதையும் பார்க்கவில்லை.
இரண்டாம் பெண் உற்றுப் பார்த்தாள்.
மூன்றாம் பெண்ணின் பார்வையில் ஒரு குறும்பு
இரண்டாம் பெண்ணின் பின்னே
பழம் கொத்தும் கிளி வரையப்பட்டிருந்தது.
மூன்றாவது பெண்ணின் பின்னே
தொலைவில் உள்ளதாய்க் காட்டப்பட்ட குன்றுகளும்
புறாக்களும் ஆடுகளும்
தாய் நாய் காட்டப்படாத குட்டி நாயும்
வரைந்திருந்தார் ஓவியர்
மூன்றும் வேறு வேறு விலைக்குப்
பெரிய மனிதரால் வாங்கப்பட்டவை.
நான் வீடு திரும்பியதும்
அம்மாவைக் கேட்டேன்.
‘அம்மா, நீ எப்போதாவது ஓவியமாக
வரையப்பட உட்கார்ந்ததுண்டா’ என்று
இல்லை என்றாள் அம்மா.
இல்லை என்றது மூன்றில் எந்த அம்மா?

வாஸ்து

அய்யாறப்பன் பேக்கரியில்
பெயர்ப் பலகையை எடுக்கிறார்கள்
காலை எட்டுமணிக்குத்
தெருவில் நடப்பவர்களுக்கு
ரொட்டி புரட்டப்படும் வாசனையை
வழங்கிக் கொண்டிருந்த
அய்யாறப்பன் பேக்கரி போய்விட்டது.
950களில் அதே இடத்தில்
அல்வாக் கடை இருந்ததாம்
சென்னையில் எங்கெங்கோ இருப்பவர்களும்
அல்வா வாங்க அங்கே கூடுவார்களாம்
கடையின் முதலாளிக்கு இரண்டு தாரங்கள்
இளைய தாரம் ரொம்பப் படுத்தினாளாம்
கடையை மூடிவிட்டு முதலாளி
பாளையங்கோட்டைக்குப் போய்விட்டாராம்
ஒரே நேரத்தில் நாலு தோசை வார்க்கும்
ஹோட்டல் ஒன்று அங்கே வந்தது.
ஒருநாள் கடைக்கு வெளியே கலவரம் மூண்டது.
கடைக்காரர்க்கும் நான்கைந்து உதைகள் –
என்ன ஏதென்று தெரியவில்லை.
அந்தக் கடையும் மூடுவிழா கண்டது.
ஒருநாள் 'தமிழ்ப் படைப்பாளிகள்
கூட்டுறவுச் சங்கம், சென்னை – 5 என்று
பெயர்ப்பலகை தொங்கிற்று.

கேரள எழுத்தாளர்கள் கூட்டுறவு சங்கம் அமைத்து
தினமும் நூறு நூல்கள் வெளியிட்டார்களாம்
இங்கும் அதுபோல் நடந்தால் நல்லது.
ஆனால் கூட்டுறவுச் சங்கம் மூடப்
பட்டு விட்டது. எப்போதென்று
யாரும் கேட்கவில்லை.
சங்கத்தின் தலைவர் பதவிக்குப் போட்டியிட்ட
துறையூர் அய்யாக் கண்ணுதான்
காரணம் என்று சொன்னார்கள்
அப்புறம் நாடார் கடைவைத்தார்.
வேல்முருகன் இனிப்பகம் சிலநாள் இருந்தது
பழக்கடை சிலநாளும்
பட்டாணிக் கடலை சிலநாளும் இருந்தன.
தையல் கடை ஒன்று திறக்கப்பட்டது.
கட்சிப் பிரமுகர் ரிப்பன் கத்தரித்தார். அப்புறம்
தொட்டில் கட்டித் தொங்கவிட்ட கையுடன்
யாரோ ஒருவர் இடத்தைப் பார்வையிட்டார்.
பெயர்ப் பலகைகள்
இறங்குவதும் ஏறுவதுமாக உள்ளன.
சென்னை நகரை மார்கழி அணைத்தது.
போர்வையை இழுத்துக்கொண்டு நானும் படுத்தேன்
வாஸ்து புருஷனும் புரண்டு படுத்தார்.

என் உளம் நிற்றி நீ

எங்கள் தமிழ்

எங்கள் தமிழை நாங்கள் பேசுவோம்
உங்கள் தமிழை நீங்கள் பேசுங்கள்
எங்கள் தமிழில்
மம்மியும் உண்டு டாடியும் உண்டு.
மம்மியும் டாடியும் யாரென்பதை
எங்கள் குழந்தைகள் நன்கறிவார்கள்
பலபல மொழியில் பக்கத்தில் பக்கத்தில்
வளரும் சூழலால்
எங்கள் மொழியும் அவையும் உண்டு
நயினா உண்டு வாப்பா உண்டு
ஃபாதர், மதர் உண்டு
எங்கள் தமிழில்
ரைஸ், சப்பாத்தி, பூரி, சப்ஜி உண்டு
எங்கள் தமிழில் சுடிதார் உண்டு ஜிப்பா உண்டு
எங்கள் தமிழ் எங்கள் உயிர்
உங்கள் தமிழை நீங்கள் பேசுங்கள்
உங்கள் தமிழை நீங்கள் பேசி
என்ன சாதித்தீர்கள் சொல்லுங்கள்
ஆண்டாண்டு காலமாய்க்
கூடி வசித்த பூமியை இழந்தீர்கள்
செம்மறி ஆடுகள் முட்டுவது போல
அலைகள் கரையை முட்டும் கடலை இழந்தீர்கள்
பள்ளி செல்லும் குழந்தைகளை
அவர்களைக் கொண்டுபோய்விடும் மாதர்களை
கட்டிலில் படுத்துக் கிடந்த முதியோர்களை
சுறுசுறுப்பான இளைஞர்களை இழந்தீர்கள்
என்றைக்கிருந்தது
எல்லோருக்கும் ஒரு தமிழ்?
உங்கள் தமிழை நீங்கள் பேசுங்கள்
எங்கள் தமிழை நாங்கள் பேசுவோம்

மாறாட்டம்

அன்றொருநாள் மௌனிக்குப் போக வேண்டிய
கடிதங்கள் தனது அஞ்சல் பெட்டியில்
அடிக்கடி கிடப்பதாக அவர் சொன்னார்
ஒன்றைப் பிரித்துப் பார்த்ததில் அது ஒரு
கீழ்க்கோர்ட்டு சம்மன் என்று தெரிந்தது
மற்றொன்று மௌனிக்கு முன்னாள் காதலி
எழுதிய கடிதம். அவருக்குப் பிறந்த
மூன்றாம் குழந்தையும் பெண்ணாம்.
ஆனால் மௌனியோ
இன்னமும் பிரம்மச்சாரி

நீதி அரசரின் சில்லறைக் காசுகள்

நீதி அரசர் நடேச முதலியாருக்கு
சில்லறைக் காசுகள் என்றால்
கொள்ளைப் பிரியம்.

ஒரு பொருள் வாங்கினால் மீதியைக்
காசாய்த் தரும்படி கேட்டுப் பெறுவார்
அவருடைய கருப்புக் கோட்டு
பிள்ளையார் கோயில் உண்டியல் போல.

நீதி அரசர் ஆராய்ச்சியாளர்
பலவித அரங்கில் கட்டுரை வாசிப்பார்.
கட்டுரை வாசிக்கப் போகும்போது
நீதி அரசர் கோட்டுப் பைகளில்
நிறைய சில்லறைகள் எடுத்துப் போவார்.
மற்றவர் படிக்கும் கட்டுரைகள்
சத்தானதில்லை என்றால் அரசர்
கோட்டுப் பையில் உள்ளதை உலுக்குவார்.
நீதி அரசர் நடேச முதலியாருக்கு
என்னைப் போன்ற விசிறிகள் உண்டு.
அவரது கோட்டில் காசுகள் குலுக்கும்போது
மாயநர்த்தகி ஒருத்தி அங்கே
சலங்கை கட்டி ஆடுவதுபோல் தோன்றும்
நீதி அரசர் ஓய்வு பெற்று கலைமாமணி பெற்று
பத்மஶ்ரீக்குப் பரிந்துரைக்கப்பட்டுக்
கண்மங்கிய காலம் வந்தது

பஞ்சகச்சமும் கோட்டுமாய்
கடற்கரையில் வந்திருந்த
நீதி அரசரை சந்தித்து
'என்னை ஞாபகம் இருக்கா' என்றேன்
சற்றுத் தாமதித்து இருக்கிறதென்றார்
கோட்டுப் பையில்
சில்லறை உண்டா என்றேன்.
நீதி வழுவாத நடேச முதலியார்
கோட்டுப் பையைக் குலுக்கிக் காட்டினார்.
ஐந்தாம் ஜார்ஜ் ஆறாம் ஜார்ஜ் காலத்துப்
பிரிட்டிஷ் காசுகள்
ஒரே குரலில் தீர்ப்பு கூறின.

என் உளம் நிற்றி நீ

ஒண்டொடிக் கண்ணே உள

நிஜார் அகமது நடக்கும் விதத்தைப் பார்த்து
விமான அதிகாரிக்கு சந்தேகம் வந்தது
இலங்கை போகும் ஜெட் விமானத்தின்
பயணிகள் வரிசையில் அகமது நின்றிருந்தான்
அதிகாரி அவனை வரிசையை விட்டு
வெளியே வரும்படி கட்டளை இட்டார்.
அவனை சோதனை செய்யணும் என்றார்
தோளில் தொங்கவிட்டிருந்த பையைத்
திறந்து காட்டினான் அகமது.
அவரோ அவனை சட்டையைக் கழற்றச் சொன்னார்
அகமது சிக்கிக் கொண்டான்.
இருபது விசாக்கள் அவனிடம் இருந்தன.
ஈரோப் போகலாம் எமிரேட் பறக்கலாம்.
சூடான் சௌதி துபாய் போகலாம்
இருபது விசாக்களும் போலி விசாக்கள்
நிஜார் அகமது மடக்கப்பட்டதைப் பார்த்து
நான்கு பெண்களுக்கு நெற்றி வியர்த்தது
அதிகாரி அவர்களைக் கேள்வி கேட்டார்
நேபாள மற்றும் பிலிப்பைன்ஸ் அழகிகளின்
கண்கள் படபடத்தன. ஆனால் தைரியசாலிகள்
முதலில் அவர்கள் அகமதைத் தெரியாதென்றார்கள்
அப்புறம் ஒப்புக்கொண்டார்கள்.
இலங்கையில் வேலை பார்க்கப் போவதாகவும்
நிஜார் அகமதே பொறுப்பாளன் என்றும்
அரைகுறை இங்க்லீஷில் அவர்கள் சொன்னார்கள்

அவர்கள் ஆவணங்கள் என்னவோ ஒழுங்காய் இருந்தன
அவர்கள் இலங்கைக்குப்
பறக்கலாம் என்றார் அதிகாரி.
ஆனால் அவர்கள் சென்னையிலேயே
தங்கிவிட எண்ணித் திரும்பிவிட்டனர்.
அவர்களில் ஒருத்திதான் எனக்குத் தற்போது
வேளச்சேரி சலூனில் கிராப் செய்கிறாள்
பிலிப்பைன்ஸ் போய்விட வேண்டுமாம்
யாரையாவது எனக்குத் தெரியுமா என்கிறாள்

மாயவெளி

ஒருநாளை அடுத்து மறுநாள்
வருவது போலத் தெரிந்தாலும்
உண்மையில் அப்படி இல்லையோ
என்று எனக்கொரு சந்தேகம்

ஓடும் வாகனங்களுக்குள்ளே
பத்து மீட்டர் இடைவெளி
இருக்க வேண்டும் என்பதுபோல
இரண்டு நாள்களுக்கிடையே
ஒரு மாயவெளி இருக்கவே செய்கிறது
இந்த மாயவெளியின் ஊடாக
ஒருநாள் பார்க்கும் வாய்ப்பு கிடைத்தபோது
இன்னமும் வாடத் தொடங்காத
கல்யாண மாலையுடன் டாக்ஸியில்
கணவன் அருகிலிருக்க
அவள் போவதை நான் பார்த்தேன்
ஆ என்பதற்குள் வண்டி புறப்பட்டு
புதிய இடைவெளி உருவாயிற்று
அப்போது கையில் மருந்து பாட்டிலுடன்
பனிக்குப் பயந்து தலையில் முக்காடிட்டுத்
தாணாவில் நின்றிருந்தார் என் தாத்தா.
அவருக்குப் பிறக்கப்போகும் பேரனுக்கு
பெயர் வைப்பதைப் பற்றி
ஒரு சாஸ்திரி பேசிக் கொண்டிருந்தார்
யாரோ என்னிடம் உணர்த்தினார்கள்.
பெயர் தேடல் எனக்குத் தானென்று

ஆடு

காலால் நடக்கும்
மற்ற விலங்குகளைப் போலவே
ஆடுகள் வனங்களில் வாழ்ந்திருந்தன.
எந்தப் பழங்களை மனிதன் தின்னலாம்
என்று பறவைகள் போதித்தது போல
எந்த இலைகளை மனிதன் தின்னலாம்
என்பதை ஆடுகள்தாம் போதித்தன.

ஆடுகள் இலைகளைத் தின்று
கொழுத்ததைப் பார்த்த மனிதன்
ஆடுகளையே தின்னத் தொடங்கினான்.
ஆடு தின்ற இலையின் பலன்கள்
ஆட்டைத் தின்றால் தனக்குக்
கிடைக்குமென்று மனிதன் நம்பினான்.

ஆடுகளின் அகிம்சைக்கு முன்னே
மனிதன் உபதேசித்த அகிம்சை அற்பம்தான்
ஆனால் ஆடுகளின் ஞானம்
அறியாமைபோல் தோற்றம் கொண்டது.
தெருக்கோடி கசாப்புக் கடையில்
வால் நீக்கப்படாத
ஆட்டின் உடல்கள்
ரவிக்கைத் துணிபோல்
தொங்குகின்றன.

கசாப்புக் கடையின் முன்பு
வாலாட்டும் நாய்களும்
பறப்பதும் அமர்வதும் செய்யும்
காக்கைகளும் குழுமிக் கிடக்க
ஆடுகள் அப்பாவிகளாகத்
தொங்கும் உடல்கள் ஆடுகள் என்றும் அறியாமல்
கசாப்புக் கடைமுன்
புல்லை மேய்கின்றன.
வாழைப்பூ போன்ற ஆடுகளின் முகத்தில்
சோகமும் பயமும் துளிக்கூட இல்லை.

தலைகள் சில குறைந்த இராவணன்

நுங்கம்பாக்கமோ
ஆழ்வார் பேட்டையோ
சைதையோ சிந்தாதிரியோ
எங்கேயோ வாழ்ந்தான்
எனக்குத் தெரிந்த ராவணன்
எந்த இடமென்று தெளிவாய்க் கூறாமல் விடக்
காரணம் நீங்கள் போய்த் தொல்லை தராமல்
                             இருக்கத்தான்.

பிறக்கும்போது அவனுக்குத்
தலை ஒன்றுதான் இருந்ததாம்
வலது இடது காதுப் பக்கம் ஒவ்வொன்றும்
தலைக்கு மேல் கரகம்போல் ஒன்றும்
ஒருநாள் அந்திப் பொழுதுக்குள் வளர்ந்துவிட்டனவாம்.
இராவணன் – காரணப் பெயர்தான் –
பள்ளிக்குப் போவதை நிறுத்திக் கொண்டானாம்.
நான்கு தலைகள் எனக்கு வேண்டாம்
ஒன்றே போதும் என்று அழுதானாம்
அவன் அம்மாவும் அழுதாள்
இராவணன் அப்பா வலையில் தேடி
– அமெரிக்கா – ஐரோப்பா – ஆஸ்த்ரேலியா
கனடா – ஜப்பான் – சிங்கப்பூர்
ஆஸ்பத்ரி ஒன்றைக் கண்டுபிடித்தார்.
ஆனால் டாக்டர்கள்
'அறுவை செய்தால் ஆபத்தில் முடியவும்
வாய்ப்புண்டு' என்றார்களாம்.
நாலு தலைகளோடு பிள்ளை
பிழைத்திருந்தால் போதுமெனப்
பெற்றோர்கள் விட்டுவிட்டார்கள்

ஞானக்கூத்தன்

ராவணன் வளர்ந்தான்.
ஏகாந்தமாய்ப் படித்தான்
மானுட இயலில் முனைவர் பட்டம் பெற்றான்.
இராவணன் கல்யாணம் செய்துகொண்டு
பிள்ளையும் பெற்று இப்போது பிள்ளை
எங்கள் பள்ளியில் என்னுடன் படிக்கிறான்.
இராவணன் பிள்ளையின் பெயர் சாதாரணப் பெயர்தான்
அப்பாவைப் பற்றி என்னிடம் சொன்னான்;
அப்பாவை எனக்குப் பிடிக்கும்
அவரது நான்கு தலைகளையும் சேர்த்து
ஆனால் அம்மாவுக்குப் பிடிக்காது
ஏனென்று கேட்டால் அடிப்பேன் என்று துரத்துகிறாள்.
யாருக்குத்தான் அவரவர் அப்பாவைப் பிடிக்காது
தலைகளின் எண்ணிக்கை ஒரு பொருட்டா என்ன!

மயங்கும் முகங்கள்

உன்னைப் பற்றி எண்ணும்போது
எனக்கொரு பெரியவர் நினைவில் வருகிறார்
ஆலப்புழையில் என் எதிர் இருக்கையில்
ரயிலில் ஒருமுறை பயணம் செய்தவர்
எனக்குத் தமிழகம் என்றதும்
உற்சாகமாகப் பேசினார்.
ரெயில் நிலையங்களிலேயே
அடுப்பு மூட்டி ரொட்டி சுடும் வடநாட்டு
ராமேஸ்வரப் பயணிகள் பற்றிப் பேசினார்
சென்னை வரைக்கும் உள்ள
நிலையங்களில் என்னென்ன
விற்பார்கள் என்று பட்டியல் தருவார்.
அவர் பேச்சைக் கேட்கவும் தோன்றும்
வேண்டாம் என்றும் தோன்றும்
அவரைப் போல்தான் நீயும் பேசுகிறாய்.
கபினியில் வெள்ளம். ஆனால்
மேட்டூர் அணையில் மாடு மேய்கிறது
குறுவை நட்டார்களா? தாழை உண்டா
என்று என்னிடம் கேட்கிறாய்.
வேறு பிரச்னைகள் உன்னிடம் இல்லையா?
எனது ரோமங்கள் குத்திட்டதை நீ பார்க்கவில்லையா?
கட்டளையிட்டதுபோல் என் உடம்பு அன்பை
சுரப்பதை உன்னிடம் சொல்லவும் வேண்டுமோ!

தெருவில் வெட்டிவேர் விற்பவள்
என்னைக் கடந்து போகிறாள்
ஒருநாள் என்னைக் கடந்து போனபோது
ஒரு சுவாசத்தைக் கண்டுபிடித்தேன்
என்னிடம் நீ என்ன பார்த்தாயோ
அதை உனது கண்கள் பதுக்குகின்றன.
என்ன கிழமை என்கிறாய்
நான் புதனை வியாழன் என்கிறேன்.
உன்னிடம் ஒரு துணுக்கம்
உனக்குத் தெரிந்துவிட்டது
எனக்கும்தான். ஆனால் நீ பேசும்போது
ஆலப்புழை பெரியவர் நினைவில் வருகிறார்.

புழுதியின் ஊடே ஒரு தோற்றம்

வீட்டை விட்டுப் புறப்படும்போது
பூனை குறுக்கே வரவில்லை.
ஒற்றைப் பிராமணன் வரவில்லை
வழக்கம் போல
அந்தத் தெருவில் போய்க் கொண்டிருந்தேன்
அந்தத் தெருவுக்குப் பெயர் மாற்றம் கோரி
தெருக்காரர்கள் விண்ணப்பம் எழுதினார்கள்
என்னைக் கையெழுத்திடச் சொன்னார்கள்
கருணை மனுவோ
புகார்க் கடிதமோ இல்லாத பட்சத்தில்
கையெழுத்துப் போட என்ன தடை
புதிய பெயரொன்றை சூடப் போகும்
அந்தத் தெருவை
ஆவலுடன் பார்த்துக் கொண்டே நடந்தேன்
தடதட என்றொரு சத்தம்
இன்னும் நான்கு வீடுகளுக்கு அப்பால் நின்ற
மூன்று மாடிக் கட்டிடம் இடிந்து விழுந்தது
ஒருமுறை பூகம்பத்தின்போது
வெளியே வந்த ஜனங்கள் பயத்தில்
கோவிந்தா கோவிந்தா என்று
கூச்சலிட்டதைக் கேட்டிருக்கிறேன்
இப்போது கூச்சலிட்டவர்கள்
என்ன என்று கூச்சலிட்டார்களோ தெரியவில்லை.
மாடுகளின் இரைச்சல். நாய்களின் ஓலம்
பெண்களின் கூக்குரல்
எல்லாம் கலந்து ஒலித்தன.

வீடுகள் இன்னும் சில விழக்கூடுமோ என்று
நான் பின்னே ஓடினேன்
நல்ல வேளை அத்துடன் நின்றது.
மாலையில் செய்தித் தாள்களில்
செய்தி வெளியாயிற்று. 'தெருவில்
புழுதியின் ஊடே ஒருவர் ஓடுகிறார்' என்று
படமும் ஒன்று வெளியாகியிருந்தது
அப்புறம் தெருக்காரர்கள் தெருவுக்குப்
பழைய பெயரே இருக்கட்டும் என்றார்கள்
ஆனால் சிலபேர் புதிய பெயரே வேண்டும் என்றார்கள்
புதிய பெயரைப் பெறுமுன் பல்லாயிரமுறைகள்
பேசப்பட்ட பழையதெரு அதுவாகத்தான் இருக்கும்

காற்றில் பறக்கும் தாடி

மௌனியைப் பற்றிப் பலரும் பேசுகிறார்கள்.
ஆனால் மௌனியை அவர்கள்
அறிவார்களா என்பது சந்தேகம்.
தென்னங் கீற்று வேய்ந்த கொட்டகையில்
சாராயம் குடித்துக்கொண்டு
காஃப்கா, போர்ஜஸ் பற்றி
மௌனி பேசினது புரியாமல் அவரைக்
கல்லால் அடித்தேன் என்கிறார் ஒருவன்.
இன்று சாயங்காலம் அவரைப் பார்ப்பவர்கள்
அவர் காலில் ரத்தம் கசிவதைப் பார்ப்பார்கள் என்றான்,
மாலையில் மௌனி
சைகிளில் போய்க் கொண்டிருந்தார்.
அவரது வெள்ளை வெளேர்த் தாடி
தோள்பக்கமாகப் பறந்தது.
பின் இருக்கையில் இருந்தவள் சுசீலா

ஞானக்கூத்தன்

அக்கா ஏன் அப்படி ஆனாள்

கால்மணி நேர நடையில்
கண்ணுக்குத் தென்படும்
தாமரைக் குளத்தில்தான்
அக்கா குளிப்பாள்

சிலசமயம் துணையோடும்
சிலசமயம் தனியாகவும்
அக்கா குளிக்கப் போவாள்

ஓரிரு சமயம் என்னைக் கூப்பிட்டு
என் வீட்டின் முன் நிற்பாள்

அன்றும் வழக்கம் போல
அக்கா குளிக்கப் புறப்பட்டாள்
தோளில் ஒரு நீலப் பாவாடை
அதன் மேல் ஒரு நூல் சேலையைப்
போட்டுக் கொண்டு புறப்பட்டாள்

வெளியில் குளிக்கப் போகும் பெண்கள்
ஈரப் புடவையில் திரும்பக் கூடாது.
மாற்றுப் புடவை உடுத்திக்
குளித்த இடத்திலேயே குங்குமம்
வைத்துக் கொண்டுதான் வரவேண்டும்

தாமரைக் குளத்தின் படிக்கட்டில்
அக்கா உட்கார்ந்தாள்
ஒரு பாடலை முணுமுணுக்கத் தொடங்கினாள்.
சிறுசிறு ரோமங்கள் அடர்ந்த
கைகளுக்கு மஞ்சள் தடவினாள்.
அக்காவின் கைகள் தந்தம் போல
ரோமம் உடைய கால்களும் அப்படியே
கையிலும் மார்பிலும் பச்சை நரம்புகள்
வெளிப்பட்டும் பதுங்கியும் ஓடும்.

சிந்தனை பழகிய அவளது கண்களில்
மின்னல் போல் சிரிப்பும் பளிச்சிடும்
கடலை வடிவில் அமைந்த நாசித்
துவாரங்கள் வழியே மெள்ள மூச்சு விடுவாள்
தண்ணீர் அலைபோல் வளைந்த புருவங்களும்
முழங்காலைத் தீண்டப் போகும் கூந்தல் நீளமும்
அக்கா நீ அழகென்று சொல்ல வைத்தன.
அக்காவின் முதுகை இரண்டு கூறாய்க் காட்டும்
பள்ளமும், இடுப்பில் மடிப்பும்
இரண்டு சொட்டுத் தண்ணீர் தேங்கும்
அளவுக்குப் புட்டத்தில் இரண்டு
பள்ளங்கள் அவளுக்கு உண்டு.
அக்காவின் அழகை
என்னைக் காட்டிலும்
பெரிய பையன்கள் புகழ்ந்து பேசுவார்கள்.
அக்காவுக்கு இனிப்பு பிடிக்குமா?
அக்காவுக்கு மைசூர்
சந்தன சோப்புப் பிடிக்குமா?
அக்கா சினிமா பார்ப்பாளா?
இப்படிப் பலபேர் என்னைக் கேட்டிருக்கிறார்கள்
அக்காவிடம் சொன்னால் முறுவலிப்பாள்
அக்கா குளத்தில் நீந்தினாள்
போகலாம் என்று கூப்பிட்டேன்.
நீரில் மூழ்கினாள்
படிக்கட்டில் ஏறினாள்
ஆனால் நிர்வாணமாக.
உடம்பைத் துடைக்காமல்
நடக்கத் தொடங்கினாள்.
கோயிலை நோக்கி நடந்தாள்.
செய்தி பரவி ஊர் நடுங்கிற்று
எல்லோரும் பார்க்க அக்கா நின்றாள்

ஆனால் யாரும் அவளைப் பார்க்கவில்லை.
யாரோ சொன்னார்:
'அக்கா இனிமேல் ஓர் உடம்பல்ல' என்று
அக்கா என்னைக் கூப்பிடாமல் போனாள்.
ஒருநாள் இருநாள் பலநாள் ஆகின
அக்கா உடுத்தவே இல்லை.
ஒரு புடவையை அவளிடம் என்னைக்
கொடுக்கச் சொன்னார்கள்.
கடைக்காரனைப் போலப் புடவையை
நன்றாய் மடித்துத் திருப்பித் தந்தாள்.
என்னென்னவோ பேச்சுகள் எழுந்தன
எனக்குப் புரியவே இல்லை.
அக்கா ஏன் அப்படி ஆனாள்?

விதூஷகனின் பாட்டு

எதைக் காட்டிலும் அல்லது
யாரைக் காட்டிலும்
எது மேலென்று அல்லது
யார் மேலென்று சொல்கிறேன்
என்று மேடையில்
விதூஷகன் பாடத் தொடங்கினான்

சம்மணம் போட்டு
தியானத்தில் உட்காருபவனைக் காட்டிலும்
இலையைப் போட்டுப்
பந்தியில் உட்காருபவனே மேல்... ஆ... ஆ...
மல்லிகை முல்லை சம்பங்கி
வாசனையைக் காட்டிலும்
அடுக்களைப் புகையோடு வருகிற
சமையலின் வாசனையே மேல்... ஆ... ஆ...
திராவிட தேசத்துத்
தின்பண்டங்களில்
ஆவியில் வெந்த கொழுக்கட்டையே
மேலென்று பகவத் கீதையில்
கிருஷ்ணன் சொன்னான்... ஆ... ஆ...
விதூஷகா உள்ளே போ என்று
அரங்கம் கொக்கரித்தது.
போகிறேன். போகும்முன்
வைப்பாட்டிகள் பற்றி ஒரு
கதை சொல்லவா என்கிறான் விதூஷகன்
அரங்கம் நிசப்தம் ஆயிற்று...

ஆனால் விதூஷகன் சொல்லும் முன்
மத்தளம் முழங்கிற்று
அடுத்த காட்சி தொடங்கிற்று
துஷ்யந்தன் சொன்னான்.
வனாந்திரத்தில் வாழும் முனிவர்களால்
வளர்க்கப்பட்டவர் போல் காணப்படும்
மாதரசே!
ஆச்சாரம் பார்ப்பவர்க்கும்
அழகு பார்ப்பவர்க்கும்
நிம்மதி அருகில் இல்லை என்பார்கள்
மாதரசே
உன் இடர்ப்பாடு என்ன?

நாடகத்தில் பாகம் இல்லாத விதூஷகன்
வயிற்றுப் போக்கு உள்ளவர்களுக்கும்
நிம்மதி அருகில் இல்லை என்று
ஒப்பனை அறையில் சொல்லிக் கொண்டிருந்தான்

கதை

எங்கே தடைபட்டதோ அங்கிருந்து
மீண்டும் தொடங்கியதில்லை நான் சொன்ன கதை
கதையின் இடையில் ஓடிய இரவு
கதையைப் பல இடங்களில் கலைத்திருக்கும்

கேட்டுக் கொண்டிருந்த அந்தக் கதையின்
தொடர்ச்சி அறுந்து போனதைப் பற்றி
எனது சபையோர் கண்டு கொண்டதே இல்லை

நான் சொன்னேன், அவர்கள் கேட்டார்கள்.
மருதாணி பூசிய சிறு விரல்போல் சிவந்திருக்கும்
பழங்களுக்குக் கூச்சலிடும் பறவைகள் சூழும்
ஆலின் கீழ் நான் சொன்னேன். அவர்கள் கேட்டார்கள்

இன்றைக்குக் கதை போதும் என்றால் அவர்கள்
கலைந்து தங்கள் இல்லங்களுக்குப் போய்விடுவார்கள்

சிலசமயம் என் மனதில் கதை காணாமல் போய்விடும்
சிலசமயம் கதை சொல்ல எனக்கொரு
மறுநாள் கிடைக்காமல் போய்விடும். அப்போது
கதை எங்காவது போய்விடும்
தூர தேசத்தில் அதற்கு பந்துக்கள் உண்டுபோலும்
கதையைக் கூப்பிட்டால் சிலநேரம்
வராமல் போக அதுதான் காரணமோ

ஞானக்கூத்தன்

காதலும் களவும்

மனதில் கொஞ்சம் காதல் இருக்கணும்
இல்லை யென்றால் வாழ்க்கை வெறுத்துடும்

என்மேல் உனக்குக்
காதல் இல்லையென்றால்
காதலே இல்லையா என்ன!

பக்கத்துப் பட்டியில்
நிலக்கரித் திருடன்
ஒருவன் இருந்தான்
இளைய வயதுதான்.

தண்ணீர் நிரப்பிக்கொள்ள
நிற்கும் ட்ரெயினில்
கட்டி கட்டியாய்
நிலக்கரி திருடுவான்

மூட்டை கட்டி
எங்கோ விற்பான்
காசு பண்ணுவான்
காதலியைப் பார்ப்பான்

நல்லவர் கெட்டவர்
எல்லோருக்கும்
காதல் உண்டு
எனக்கும் உனக்கும்
தெரிந்த அதே காதல்